베트남어
Tiếng Việt Nghe Nói

저자 이강우, 강하나, 이정은, 윤승연, Lưu Thị Sinh

초급 A1

랭기지플러스

　베트남은 역사, 문화적으로 우리나라와 유사한 점이 많이 있습니다. 베트남은 지속적인 경제성장을 이루고 있으며 우리나라의 주요 투자, 교역 국가로 부상하는 등, 양국 간의 정치, 경제, 사회, 문화적 교류가 급격히 확대되고 있습니다. 또한 국내에서 급격히 증가하고 있는 베트남 결혼 이주자와 이주 노동자, 유학생은, 이제 우리의 일상생활에서 함께 생활하는 이웃이 되었습니다. 이러한 직접적인 이유 외에도, 베트남은 남북한과 동시에 수교를 맺고 있으며 활발한 교류를 하고 있는 나라로 사회주의국가이면서 개방개혁을 통해 안정적인 경제성장을 이루고 있기 때문에 북한에 시사하는 바도 매우 큽니다. 이러한 상황에서 베트남어 교육을 통한 베트남에 대한 올바른 지식과 정보의 습득은 필수적입니다.

　본 교재는 정부가 시행하고 있는 특수외국어교육진흥사업의 일환으로 출판되었습니다. 초급입문 단계를 의미하는 A1 중에서 '듣기 말하기'를 중심으로 학습하는 초급입문 단계의 회화교재입니다. 이 교재를 통해서 베트남과 베트남어에 대해 흥미를 느끼고 나아가 이어지는 중급, 고급 단계를 위한 기초 지식을 충분히 쌓을 수 있기를 기대합니다.

저자 일동

차 례

Bài 1
문자와 발음

학습목표
1. 베트남어의 특징에 대해 알 수 있다.
2. 베트남어 문자와 발음에 대해 알 수 있다.
3. 베트남어 성조에 대해 알 수 있다.

베트남어

1) 역사

◀ 프랑스 출신의 선교사
"알렉상드르 드 로드
(Alexandre de Rhodes)"

베트남은 고유 문자 없이 중국의 한자를 오랫동안 사용했습니다. 15세기경에는 한국의 이두나 향찰처럼 베트남어 고유어를 표기하기 위해 한자를 베트남어 음운에 맞게 고쳐 만든 Chữ Nôm(쯔놈)을 사용하기도 했습니다. 현재의 베트남어 문자는 프랑스 출신의 선교사 "알렉상드르 드 로드(Alexandre de Rhodes)"가 베트남어를 로마자로 표기하면서 만들어졌습니다.

2) 언어적 특징

1 고립어, 단음절어

베트남어는 한국어와 달리 단어의 형태가 변하지 않는 고립어에 속합니다. 또한 하나의 음절이 한 단어를 이루는 단음절어입니다.

2 성조어

베트남어는 중국어와 같이 성조를 가진 언어입니다. 6개의 성조로 이루어져 있지요. 철자가 같은 단어라도 성조가 다르면 뜻이 달라집니다.

3 어순

베트남어의 어순은 한국어와 다릅니다. 기본적인 문장 구조는 "주어+서술어+목적어"의 어순이고, 꾸며주는 말이 꾸밈을 받는 말 뒤에 위치하는 "수식어+피수식어"의 구조를 가지고 있습니다.

3) 지역별 특징

우리말도 지역에 따라 차이가 있듯이, 베트남어 역시 지역에 따라 차이가 있습니다. 특히 베트남은 동서로 좁고 남북으로 긴 지형으로 인해서 언어의 차이가 꽤 크기 때문에, 서로 다른 지역의 사람들이 만나면 의사소통이 정확히 되지 않는 경우도 있습니다.

베트남은 크게 세 지역, 수도 하노이(Hà Nội)가 있는 **북부 지역**, 다낭(Đà Nẵng)이 있는 **중부 지역**, 그리고 호찌민시(Thành phố Hồ Chí Minh)가 있는 **남부 지역**으로 나눌 수 있습니다.

이 중에서, 하노이 지역의 언어는 베트남 전역에서 소통하는 데 어려움이 없습니다. 방송이나 음반 등이 보통 하노이 말로 나와서 어느 지역에서나 하노이 언어에 익숙하기 때문입니다. 그래서 이 교재도 베트남의 수도 하노이의 발음과 성조를 중심으로 설명합니다.

문자와 발음

1) 베트남어 문자

 01-01

베트남어 문자는 모두 29개로, 영어 알파벳의 문자 중 F, J, W, Z가 없고 Ă, Â, Đ, Ê, Ô, Ơ, Ư가 추가되어 있습니다.

순서	대문자	소문자	명칭	순서	대문자	소문자	명칭
①	A	a	a	⑯	N	n	en-nờ
②	Ă	ă	á	⑰	O	o	o
③	Â	â	ớ	⑱	Ô	ô	ô
④	B	b	bê	⑲	Ơ	ơ	ơ
⑤	C	c	xê	⑳	P	p	pê
⑥	D	d	dê	㉑	Q	q	qui
⑦	Đ	đ	đê	㉒	R	r	e-rờ
⑧	E	e	e	㉓	S	s	ét-xì
⑨	Ê	ê	ê	㉔	T	t	tê
⑩	G	g	giê	㉕	U	u	u
⑪	H	h	hát	㉖	Ư	ư	ư
⑫	I	i	i	㉗	V	v	vê
⑬	K	k	ca	㉘	X	x	ích-xì
⑭	L	l	e-lờ	㉙	Y	y	i dài
⑮	M	m	em-mờ				

2) 베트남어 발음

베트남어는 문자마다 고유의 음가(발음)가 있어서 일정한 소리를 내지만 일부 예외적인 경우도 있습니다. 아래 발음은 기억하기 편하게 우리말에서 가장 비슷한 소리의 문자로 표기한 것입니다. 정확하게 발음하기 위해서는 반드시 원어민의 발음을 들으면서 익혀야 합니다.

1 베트남어 모음

 01-02

a	한국어의 '아'음과 비슷합니다.	ai 누구 ba (숫자) 3
ă	한국어의 '아'음과 비슷하지만 'a'보다 짧게 발음합니다.	ăn 먹다 mắt 눈(目)
â	한국어의 '어'음과 비슷하지만 'ơ'보다 짧게 발음합니다.	dấu 표시, 성조 mây 구름
e	한국어의 '애'음과 비슷합니다.	em 동생 thẻ 카드
ê	한국어의 '에'음과 비슷합니다.	dê 염소 đêm 밤
i	한국어의 '이'음과 비슷합니다.	in 인쇄하다 tai 귀
o	한국어에 없는 발음입니다. '오'와 '어'의 중간 발음입니다.	bò 소 chó 개
ô	한국어의 '오'음과 비슷합니다.	tốt 좋다 ông 할아버지
ơ	한국어의 '어'음과 비슷합니다.	cơm 밥 mới 새롭다
u	한국어의 '우'음과 비슷합니다.	mua 사다 mũ 모자
ư	한국어의 '으'음과 비슷합니다.	thư 편지 chưa 아직

| y | 한국어의 '이'음과 비슷합니다. 'i'보다 길게 발음합니다. | tay 팔
yêu 사랑하다 |

⚠ 기억하세요!

모음끼리 결합하는 이중모음의 경우, 'i, u, ư + a'에서 a의 발음은 '어'로 발음합니다.

> kia (끼어○, 끼아×)
> vua (부어○, 부아×)
> chưa (쯔어○, 쯔아×)

하지만 qua는 예외적으로 '꾸아'로 발음합니다.

2 베트남어 자음

 01-03

b	한국어의 'ㅂ'음과 비슷합니다.	bà 할머니 bia 맥주
c	한국어의 'ㄲ'음과 비슷합니다.	có 있다 cốc 컵
ch	한국어의 'ㅉ'음과 비슷합니다.	cha 아버지 chín (숫자) 9
d	한국어의 'ㅈ'음과 비슷합니다.	dạ 네 dao 칼
đ	한국어의 'ㄷ'음과 비슷합니다.	đĩa 접시 đọc 읽다
g	한국어의 'ㄱ'음과 비슷합니다.	gà 닭 gặp 만나다
gh	한국어의 'ㄱ'음과 비슷합니다.	ghế 의자 ghét 싫어하다
gi	한국어의 '지'음과 비슷합니다.	gì 무엇 giấy 종이
h	한국어의 'ㅎ'음과 비슷합니다.	hai (숫자) 2 hay 재미있다

k	한국어의 'ㄲ'음과 비슷합니다.	kem 아이스크림 kính 안경
kh	한국어의 'ㅋ'음과 비슷합니다.	khay 쟁반 khóc 울다
l	한국어의 'ㄹ'음과 비슷합니다.	lợn 돼지 lòng 마음
m	한국어의 'ㅁ'음과 비슷합니다.	mồm 입 muốn 원하다
n	한국어의 'ㄴ'음과 비슷합니다.	nón 논(모자) núi 산
ng	한국어의 'ㅇ'음과 비슷합니다.	ngàn (숫자) 천 người 사람
ngh	한국어의 'ㅇ'음과 비슷합니다.	nghìn (숫자) 천 nghĩa 의미
nh	한국어의 'ㄴ'음과 비슷합니다.	nhà 집 nhìn 보다
p	한국어의 'ㅃ'음과 비슷합니다.	piano 피아노 pê-đan 페달
ph	한국어에 없는 발음입니다. 영어의 'f'음과 비슷합니다.	phở 퍼(쌀국수) phim 영화
q	한국어의 'ㄲ'음과 비슷합니다.	quà 선물 quận 군(행정단위)
r	한국어의 'ㅈ'음과 비슷합니다.	rau 채소 rưỡi (단위의) 반
s	한국어의 'ㅆ'음과 비슷합니다.	sao 별 sáu (숫자) 6
t	한국어의 'ㄸ'음과 비슷합니다.	tuổi 나이 tuyết 눈(雪)

th	한국어의 'ㅌ'음과 비슷합니다.	thư 편지 thịt 고기
tr	한국어의 'ㅉ'음과 비슷합니다.	trà 차(茶) trong 안
v	한국어에 없는 발음입니다. 영어의 'v'음과 비슷합니다.	vé 표 vui 즐겁다
x	한국어의 'ㅆ'음과 비슷합니다.	xấu 나쁘다 xinh 예쁘다

3 끝자음

 01-04

자음 중에서 아래 8개는 끝자음으로도 쓰입니다. 단어의 앞에서 쓰일 때와 발음이
달라지는 것도 있으니 유의해야 합니다.

c	한국어의 'ㄱ'음과 비슷합니다.	các ~들 cốc 컵
ch	한국어의 '익'음과 비슷합니다.	cách 방법 kịch 연극
nh	한국어의 '잉'음과 비슷합니다.	anh 형/오빠 xinh 예쁘다
ng	한국어의 'ㅇ'음과 비슷합니다.	ông 할아버지 mang 지니다
m	한국어의 'ㅁ'음과 비슷합니다.	ấm 따뜻하다 tôm 새우
n	한국어의 'ㄴ'음과 비슷합니다.	ăn 먹다 nón 논(모자)
p	한국어의 'ㅂ'음과 비슷합니다.	đạp 밟다 gặp 만나다

t	한국어의 'ㄷ'음과 비슷합니다.	tốt 좋다 tuyết 눈(雪)

▲ 끝자음 발음 시 유의 사항!

1) '모음 o, ô, u + c'

앞에 모음 o, ô, u가 오면 'c'를 받침 'ㄱ'으로 발음한 후 입을 닫아 'ㅂ'으로 끝나는 것처럼 발음합니다.

> 예 học (혹 → 홉)

2) '모음 o, ô, u + ng'

앞에 모음 o, ô, u가 오면 'ng'를 받침 'ㅇ'으로 발음한 후 입을 닫아 'ㅁ'으로 끝나는 것처럼 발음합니다.

> 예 ông (옹 → 옴)

4 문자 결합방식

1) 모음

> 예 ạ, ừ, ai, yêu

2) 모음 + 끝자음

> 예 ăn, anh, uống

3) 자음 + 모음

> 예 đi, thi, nhiều

4) 자음 + 모음 + 끝자음

> 예 các, bóng, trường

성조

베트남어는 6개의 성조가 있고, 단어의 모음(모음이 여러 개일 때는 중심 모음)의 위나 아래에 표시합니다. 철자가 같아도 성조가 다르면 의미가 달라지기 때문에 철자와 성조를 꼭 함께 기억해야 합니다!

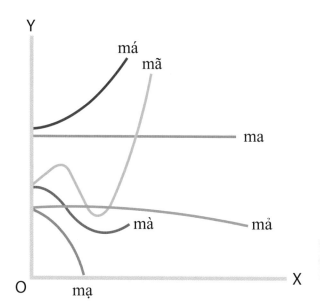

OX : 성조의 고저 정도
OY : 성조의 장단 정도

1 không dấu (콩저우)(평성)

표기	발음 방법	예 ma 귀신
없음	시작음에서 변화 없이 평평하게 발음해요.	

2 dấu sắc (저우싹)

표기		예 má 어머니
／	발음 방법 평성에서 빨리 올려요. 쓰는 방법 왼쪽 아래에서 오른쪽 위로 올려요.	

3 dấu huyền (저우후옌)

표기		예 mà 그러나
＼	발음 방법 평성에서 부드럽게 내려요. 쓰는 방법 왼쪽 위에서 오른쪽 아래로 내려요.	

4 dấu hỏi (저우호이)

표기		예 mả 무덤
?	**발음 방법** 힘 있게 내리다가 끝을 살짝 올려요. **쓰는 방법** 물음표의 윗부분을 그리면 돼요.	

5 dấu ngã (저우응아)

표기		예 mã 말
~	**발음 방법** 꺾으면서 올려요. **쓰는 방법** 왼쪽에서 오른쪽으로 물결 모양을 그리면 돼요.	

6 dấu nặng (저우낭)

표기		예 mạ 벼
●	**발음 방법** 끊어 주듯이 짧게 내려요. **쓰는 방법** 마침표처럼 점을 찍으면 돼요.	

▲ 성조 쓰기 연습   01-05

ma	má	mà
mả	mã	mạ

베트남어 단어 학습 방법

1) 베트남어 문자

베트남어는 성조가 있기 때문에 단어를 학습할 때 철자와 성조를 함께 학습해야 합니다.

예를 들면, chào와 cháo는 철자는 같으나 성조에 따라 chào는 '인사하다', cháo는 '죽(음식)'으로 전혀 다른 의미가 되기 때문입니다.

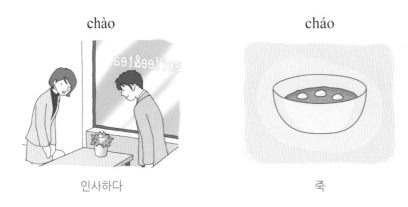

chào   cháo

인사하다   죽

그렇기 때문에 베트남어는 철자와 발음 외에 성조까지 함께 암기해야 합니다. 그래서 베트남어 학습 초반에는 어려움이 느껴지기도 합니다.

하지만, 좋은 소식도 있습니다. 베트남어는 문법이 복잡하지 않습니다. 어순이 매우 단순하고, 해석이 쉽습니다. 그렇기 때문에 베트남어는 단순한 어순에 따라 단어를 나열하기만 하면 의미가 통합니다. 초반 단어 학습의 고비만 넘기면 어느새 내가 말하는 베트남어를 베트남 사람이 이해하고 또 베트남 사람이 말하는 베트남어를 내가 이해하는 신비로운 경험을 하게 될 것입니다.

특히, 단어 학습에 있어 한국 사람인 우리에게 유리한 것은 베트남어도 한자에서 유래한 단어가 매우 많다는 것입니다. 우리 한국어도 순수 우리말이 있고 한자어에서 온 말이 있는 것과 마찬가지입니다.

예를 들면, đại học(대학)은 큰 대(大)의 đại(크다)와 배울 학(學)의 học(배우다, 공부하다)이 결합된 단어입니다. 이 중, học의 한자어 개념을 통해 học sinh(학생), hoá học(화학), văn học(문학)의 의미를 유추할 수 있습니다. 또한 học sinh(학생)의 sinh(날 생, 生)을 통해 sinh nhật(생일)을, nhật(날 일, 日)을 통해 chủ nhật(주일, 일요일)의 의미를 계속 유추할 수 있습니다. 이처럼 어느 한 낱말의 개념을 알면 이를 통해 다른 단어의 의미도 연쇄적으로 생각해 낼 수 있습니다.

học	đại học	học sinh	hoá học	văn học
학(學)	대학	학생	화학	문학

그럼, 그림을 참고하여 다음 단어의 의미를 유추해 볼까요?

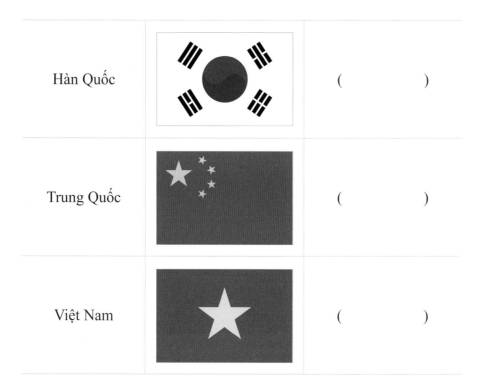

Hàn Quốc		(	)
Trung Quốc		(	)
Việt Nam		(	)

네, 맞습니다. 순서대로 한국, 중국, 베트남입니다.

일반적으로 베트남어를 공부하는 외국인 중에서, 중국인과 한국인이 베트남어를 잘합니다. 이것은 한자어에서 유래한 많은 단어들의 의미를 바로 이해할 수 있고 또 그 단어들은 발음도 비슷하기 때문입니다.

문자 및 성조 쓰기 연습

● 성조에 유의하여 다음 단어들을 써 보세요.   🎧 01-06

	ba				
	mắt				
	mây				
	thẻ				
	dê				
	tai				
	bò				
	ông				
	cơm				
	mũ				

	thư				
	tay				
	bà				
	cốc				
	chín				
	dao				
	đĩa				
	gà				
	ghế				
	giấy				
	hai				
	kem				

	khay			
	lợn			
	miệng			
	nón			
	ngân hàng			
	nghìn			
	sinh nhật			
	pê-dan			
	phở			
	quà			
	rau			

	sao				
	tuyết				
	thịt				
	trà				
	vé				
	xe máy				

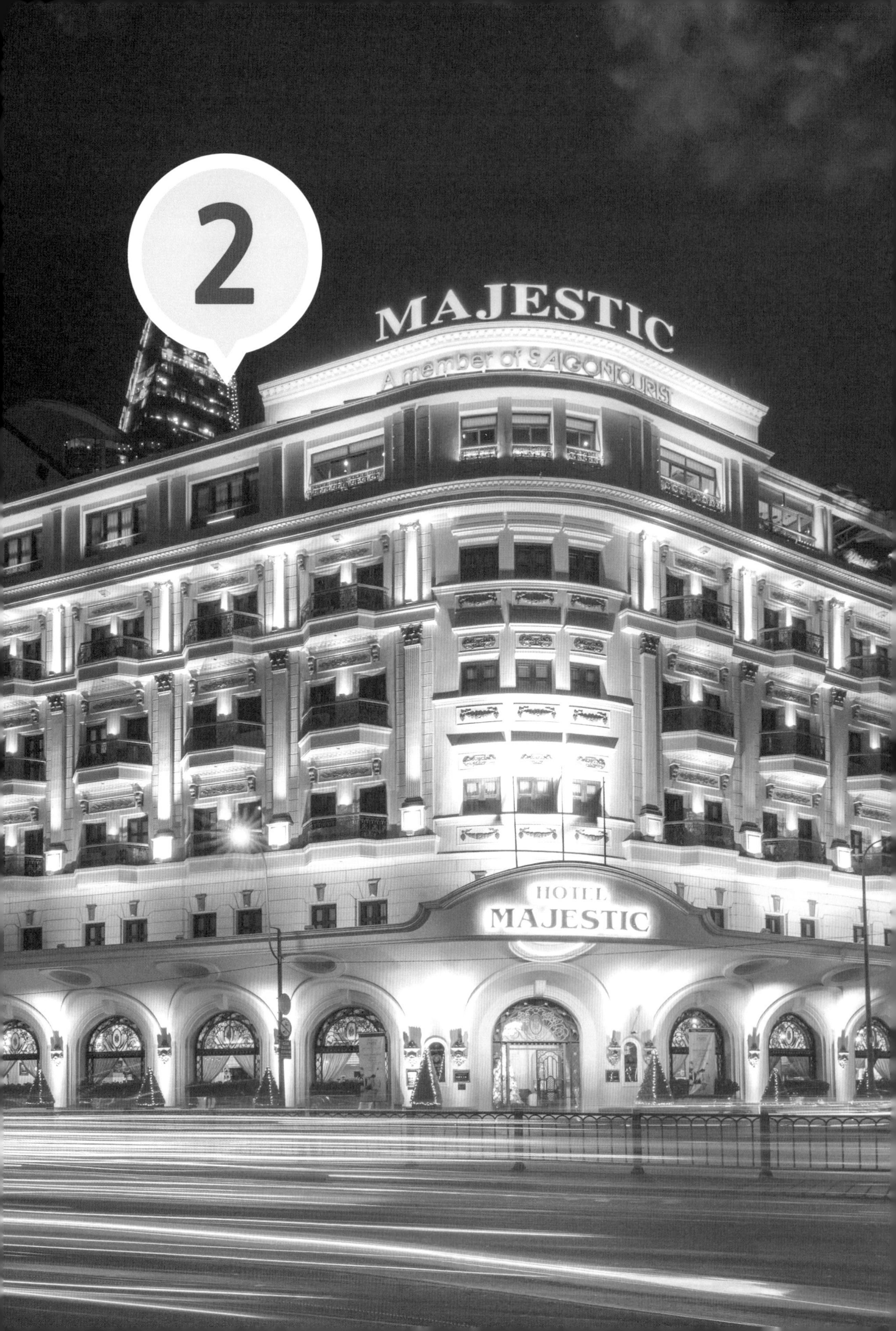
2
MAJESTIC
A member of SAGONTOURIST
HOTEL
MAJESTIC

Bài 2
Chào em.

 학습내용

1. 인사 표현
2. 안부 묻고 답하기 표현
3. 의미 전환 표현
4. 또한, 역시 표현
5. 정중함을 나타내는 표현
6. 감사 표현
7. 의문사 표현
8. 헤어지는 인사 표현

학습목표
1. 베트남어 호칭을 이해할 수 있다.
2. 호칭을 사용하여 인사할 수 있다.
3. 안부를 묻고 답할 수 있다.

🎧 02-01

Hùng   Chào anh.

Se-ho   Chào em. Em khoẻ không?

Hùng   Vâng. Em khoẻ. Còn anh khoẻ không?

Se-ho   Ừ. Anh cũng khoẻ.

단어   **chào** 안녕 | **anh** 형/오빠 | **em** 동생 | **khoẻ** 건강하다 | **không** ~이니?(문장 끝에서 의문) | **vâng** 예,
그래요 | **còn** 그런데, 그리고 | **ừ** 응, 그래 | **cũng** 또한, 역시

훙   안녕하세요, 형.
세호   안녕, 동생. 너(동생) 건강하니?
훙   예, 저(동생)는 건강해요. 그런데 형은 건강하세요?
세호   응, 나(형)도 건강해.

 02-02

1 인사 표현

> **Ⓐ Chào anh.** 안녕하세요, 형/오빠.
> **Ⓑ Chào em.** 안녕, 동생

● Chào는 오전, 오후, 저녁 등 시간과 만나고 헤어지는 상황을 구분하지 않고 사용하는 인사입니다. 보통 'Chào + 상대 호칭'으로 인사합니다.

예		
	Chào chị.	안녕하세요, 누나/언니.
		안녕히 가세요, 누나/언니.
		안녕히 계세요, 누나/언니.

> **단어** chị 누나/언니

● 호칭은 말하는 사람과 듣는 사람의 나이와 관계에 따라 정해지기 때문에 인사말만 들어도 두 사람 간의 관계를 알 수 있답니다.

예	Ⓐ Chào bố. 안녕하세요, 아빠.	Ⓐ Chào chị. 안녕하세요, 누나/언니.
	Ⓑ Chào con. 안녕, 자녀.	Ⓑ Chào em. 안녕, 동생.
	아버지와 자녀	누나/언니와 동생

> **단어** bố 아버지 | con 자녀

● 베트남어는 어미변화가 없으며, 호칭을 통해 높임말과 낮춤말이 자연스럽게 구분돼요.

예	Ⓐ Chào chị. 안녕하세요, 누나/언니.
	Ⓑ Chào em. 안녕, 동생.

🚩 '안녕하세요.'와 '안녕하세요, 형. 안녕하세요, 오빠'는 어감이 다르지요. 베트남 사람들은 이러한 호칭을 가정에서만이 아니라 학교와 직장에서도 폭넓게 사용하여 정감을 표현해요.

2 **안부 묻고 답하기 표현**

> **Ⓐ Em khoẻ không?** 너(동생)는 건강하니?
>
> **Ⓑ Vâng. Em khoẻ.** 예. 저(동생)는 건강해요.

● 관계에 따라 상대의 호칭과 함께 나의 호칭도 결정됩니다. 손위 사람인 A가 손아래 사람인 B를 em(동생)으로 부르며, B 역시 A 앞에서 자신을 em(동생)으로 호칭합니다. 손위 사람(anh, chị) 역시 손아래 사람(em)과의 대화에서 자신을 스스로 anh, chị로 호칭합니다.

예	Ⓐ Chị khoẻ không? 누나/언니는 건강하세요?
	Ⓑ Ừ. Chị khoẻ. 그래. 나(누나/언니)는 건강해.

● 평서문 어순은 '주어 + 동사 / 형용사'입니다. '주어 + be동사 + 형용사' 형태인 영어와는 달리 주어 뒤에 바로 형용사를 써서 문장을 만들어요. 참 쉽지요.

예	Em đi. 저(동생)는 가요.
	Anh khoẻ. 형은/오빠는 건강해.

단어 đi 가다

● 의문문 어순은 '주어 + (có) + 동사 / 형용사 + không?(주어가 동사 / 형용사 인가요?)'입니다. có는 '가지다, 있다'의 의미이지만 không이 사용되는 의문문에서 동사/형용사 앞에 위치하여 의문문을 만드는 요소로 사용되며 생략할 수도 있어요.

예	Chị có tiền không? 누나/언니 돈 있어요?	**(가지다 의미)**
	Em (có) đi không? 너(동생)는 가니?	**(의문문 요소)**
	Anh (có) khoẻ không? 형은/오빠는 건강하세요?	**(의문문 요소)**

단어 có 가지다, 있다, 의문문 요소 | tiền 돈

28

3 **의미 전환 표현: 그런데, 그리고**

> ## Em khoẻ. Còn anh khoẻ không?
> 저는 건강해요. 그런데 형은/오빠는 건강하세요?

- còn은 의미를 전환할 때 사용하며 '그런데, 그리고'의 의미예요.

| 예 | Anh đi. Còn em đi không? 나(형/오빠)는 간다. 그런데 너(동생)는 가니? |

4 **또한, 역시 표현**

> ## Anh cũng khoẻ. 형/오빠 역시 건강해.

- '주어 역시 ~하다'는 표현은 '주어 + cũng + ~'로 사용합니다.

| 예 | Ⓐ Anh đi. 형/오빠 간다. |
| | Ⓑ Em cũng đi. 저(동생) 역시 가요. |

베트남어 인사말은 상대의 호칭을 붙이지요. 그러니까 상대를 만나면 재빨리 한 번 훑어보는 동시에 바로 분석을 하고 호칭을 정하는 거죠. 그러니 얼마나 순발력이 빠를지 상상이 가시나요? 그래도 상대를 직접 볼 수 있으면 다행이게요. 전화통화 시에는 '여보세요(alô)' 한마디로 호칭을 정해야 한답니다. 남녀가 처음에 누나 chị와 동생 em으로 만났어도 후에 애인이나 부부 사이로 발전하면 어느새 호칭도 오빠 anh, 동생 em으로 바뀌어 버리죠. 또 상대에게 뭔가 좀 아쉬운 소리를 해야 하는 상황에는 자신을 낮춰 em이라고도 하고요. 상황, 관계와 더불어 변화무쌍한 호칭! 수 천 년 동안의 외침과 식민 지배 속에서도 결국은 독립을 지켜낸 베트남인들의 민족적 기질을 유연한 적응력이라고 하는데요, 인사말에서부터 단련된 것이 아닐까요?

🎧 02–03

1

Ⓐ Chào chị.
(a)
안녕하세요, 누나/언니.

Ⓑ Chào em.
(b)
안녕, 동생

	(a)	(b)
(1)	anh	em
(2)	mẹ	con
(3)	ông	cháu

> 단어 mẹ 어머니 | ông 할아버지 | cháu 손주, 조카

2

Anh khoẻ.
형은/오빠는 건강하다.

➡

Anh (có) khoẻ không?
형은/오빠는 건강하세요?

(1) Bố đi.   ➡   _____

(2) Em ăn cơm.   ➡   _____

(3) Mi-na đẹp.   ➡   _____

> 단어 ăn 먹다 | cơm 밥 | đẹp 아름답다

1 잘 듣고 소리 내어 따라하세요.

Hùng   Chào anh.

Se-ho   Chào em. Em khoẻ không?

Hùng   Vâng. Em khoẻ. Còn anh khoẻ không?

Se-ho   Ừ. Anh cũng khoẻ.

2 세호가 되어 훙과 대화하세요.

Hùng   Chào anh.

Se-ho   _____. _____?

Hùng   Vâng. Em khoẻ. Còn anh khoẻ không?

Se-ho   _____. _____?

🎧 02-05

Hoa	Chào em.
Se-ho	Chào chị. Chị có khoẻ không ạ?
Hoa	Cảm ơn em. Chị khoẻ. Còn em thế nào?
Se-ho	Cảm ơn chị. Em bình thường ạ.

Se-ho	Chào chị ạ.
Hoa	Ừ, tạm biệt em.

단어 ạ 정중한 느낌 표현 | cảm ơn 감사하다 | bình thường 보통의, 정상적인 | tạm biệt 잘 가, 잘 있어

호아 안녕, 동생.
세호 안녕하세요, 누나. 누나는 건강하세요?
호아 고마워. 나(누나)는 건강해. 그런데 너(동생)는 어떠니?
세호 감사합니다, 누나. 저(동생)는 보통이에요.

세호 안녕히 계세요/가세요, 누나.
호아 그래. 잘 가./잘 있어.

 02-06

1 정중함을 나타내는 표현

> ### Chị có khoẻ không ạ? 누나/언니는 건강하세요?

○ ạ는 문장 끝에서 정중함을 나타내요.

예	Chào anh ạ. 안녕하세요, 형/오빠	Em khoẻ ạ. 저(동생)는 건강해요.

2 감사 표현

> ### Cảm ơn em. 고마워.

○ 감사 표현은 'cảm ơn + 상대호칭'으로 하고, 이에 대한 응답으로 không có gì(천만에)를 쓸 수 있어요.

예	Ⓐ Cảm ơn anh. 감사해요, 형/오빠	Ⓑ Không có gì. 천만에.

3 의문사 표현

> ### Còn em thế nào? 그런데 너(동생)는 어떠니?

○ 의문사를 사용할 때는, 문장 끝에 không이 없이 자연스럽게 의문문이 된답니다.

예	Anh đi đâu? 형/오빠 어디 가요?	Em gặp ai? 너(동생) 누구 만나니?

단어   đâu 어디(의문사) | ai 누구(의문사)

○ 베트남어는 형용사가 부사처럼 사용되기도 해요.

> 예   Em thế nào? 너(동생)는 어떠니?
>
> Em đi thế nào? 너(동생)는 어떻게 가니?
>
> Anh khoẻ. 형은/오빠는 건강하다.
>
> Anh ăn khoẻ. 형은/오빠는 잘(건강하게) 먹는다.

단어   ăn 먹다

4 헤어지는 인사 표현

Tạm biệt em. 잘 가./잘 있어.

○ chào가 만나고 헤어지는 상황에서 모두 사용되는데 비해, tạm biệt은 hẹn gặp lại와 함께 헤어질 때만 사용하는 인사말입니다. chào와 함께 또는 단독으로 쓸 수 있어요.

단어   bạn 친구 | hẹn 약속하다

34

🎧 02-07

1

Ⓐ **Em có khoẻ không?**
동생은 건강하니?

Ⓑ **Vâng. Em khoẻ ạ.**
예. 저는 건강합니다.

Ⓐ **Anh có khoẻ không ạ?**
형은/오빠는 건강하십니까?

Ⓑ **Ừ. Anh khoẻ.**
그래. 나는 건강해.

(1) Cháu ➡ Ⓐ _____? Ⓑ _____. _____.

(2) Chị ➡ Ⓐ _____? Ⓑ _____. _____.

(3) Cô ➡ Ⓐ _____? Ⓑ _____. _____.

(4) Con ➡ Ⓐ _____? Ⓑ _____. _____.

단어 | cô 고모

2

Ông khoẻ.
할아버지는 건강해.

➡

Còn cháu thế nào?
그런데 손주는 어떠니?

(1) Anh khoẻ. ➡ _____?

(2) Bà khoẻ. ➡ _____?

(3) Bác khoẻ. ➡ _____?

(4) Cô khoẻ. ➡ _____?

단어 | bà 할머니 | bác 큰아버지, 큰어머니

회화연습 ②

🎧 02-08

1 잘 듣고 소리 내어 따라하세요.

Hoa Chào em.

Se-ho Chào chị. Chị có khoẻ không ạ?

Hoa Cảm ơn em. Chị khoẻ. Còn em thế nào?

Se-ho Cảm ơn chị. Em bình thường ạ.

Se-ho Chào chị ạ.

Hoa Ừ, tạm biệt em.

2 세호가 되어 호아와 대화하세요.

Hoa Chào em.

Se-ho _____. _____?

Hoa Cảm ơn em. Chị khoẻ. Còn em thế nào?

Se-ho _____. _____.

Se-ho _____.

Hoa Ừ, tạm biệt em.

1 가족관계

2 관계에 따른 '나'의 호칭 변화

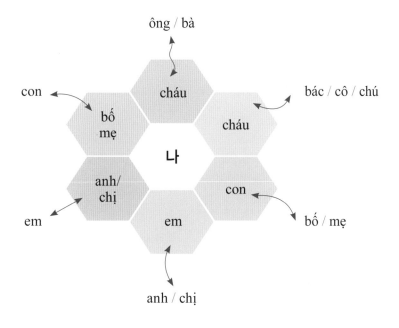

1 주어진 호칭을 보고 나의 호칭을 써보세요.

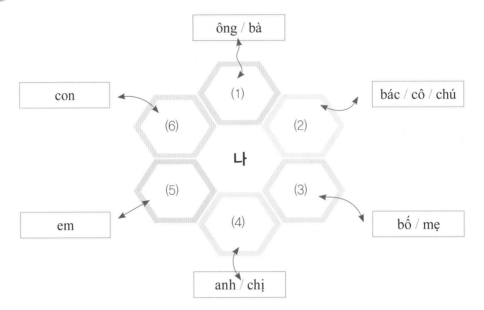

ông / bà

(1)

bác / cô / chú

con

(6)

(2)

나

(5)

(3)

em

(4)

bố / mẹ

anh / chị

2 빈칸에 들어갈 말로 알맞은 것을 <보기>에서 골라 넣으세요.

<보기>
a. thế nào
b. hẹn gặp lại
c. tạm biệt em
d. có khoẻ không

(1) Hùng : Chào anh.

Se-ho : Chào em. Em có khoẻ không?

Hùng : Vâng. Em khoẻ. Còn anh _____?

Se-ho : Anh cũng khoẻ.

(2)

Chào anh.

Ừ, _____.

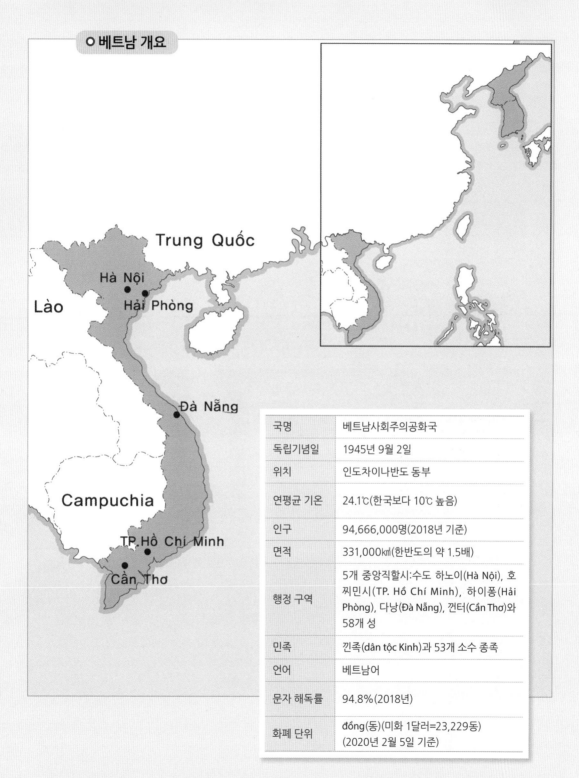

○ 베트남 개요

Trung Quốc

Hà Nội
Hải Phòng

Lào

Đà Nẵng

Campuchia

TP.Hồ Chí Minh

Cần Thơ

국명	베트남사회주의공화국
독립기념일	1945년 9월 2일
위치	인도차이나반도 동부
연평균 기온	24.1℃(한국보다 10℃ 높음)
인구	94,666,000명(2018년 기준)
면적	331,000㎢(한반도의 약 1.5배)
행정 구역	5개 중앙직할시:수도 하노이(Hà Nội), 호찌민시(TP. Hồ Chí Minh), 하이퐁(Hải Phòng), 다낭(Đà Nẵng), 껀터(Cần Thơ)와 58개 성
민족	낀족(dân tộc Kinh)과 53개 소수 종족
언어	베트남어
문자 해독률	94.8%(2018년)
화폐 단위	đồng(동)(미화 1달러=23,229동) (2020년 2월 5일 기준)

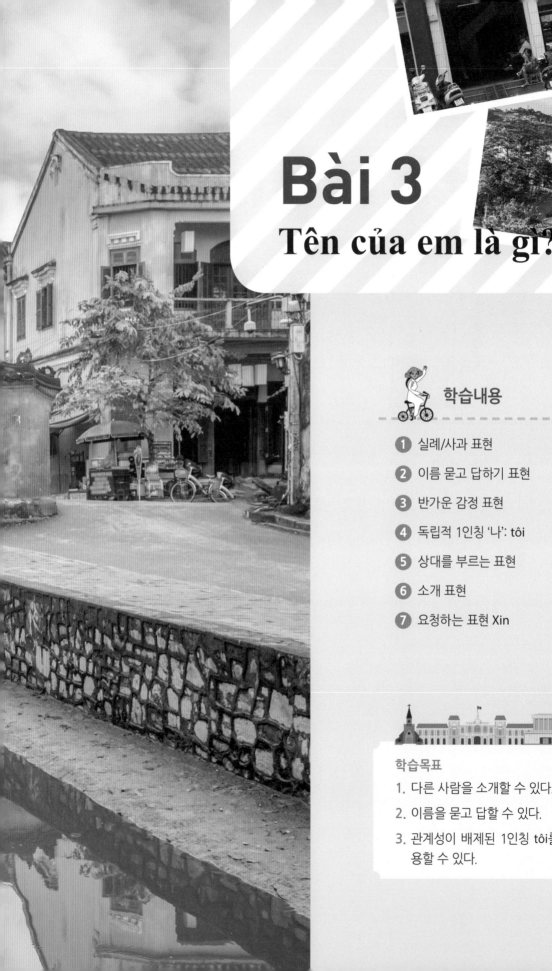

Bài 3
Tên của em là gì?

학습내용

1 실례/사과 표현

2 이름 묻고 답하기 표현

3 반가운 감정 표현

4 독립적 1인칭 '나': tôi

5 상대를 부르는 표현

6 소개 표현

7 요청하는 표현 Xin

학습목표

1. 다른 사람을 소개할 수 있다.

2. 이름을 묻고 답할 수 있다.

3. 관계성이 배제된 1인칭 tôi를 활용할 수 있다.

🎧 03-01

Trang   Chào anh.

Se-ho   Chào chị. Xin lỗi, tên của chị là gì?

Trang   Tên của em là Trang. Em rất vui được gặp anh. Tên anh là gì?

Se-ho   Tôi tên là Se-ho. Tôi cũng rất vui được gặp chị.

단어 xin lỗi 실례/미안합니다 | tên 이름 | của ~의 | là ~이다 | gì 무엇, 무슨 | rất 매우 | vui 기쁘다 | được ~하게 되다(수동) | gặp 만나다

짱   안녕하세요.
세호   안녕하세요. 실례지만, 누나의 이름은 뭐예요?
짱   저(동생)의 이름은 짱이에요. 만나게 되어 매우 반갑습니다. 오빠 이름이 뭐예요?
세호   나는 이름이 세호예요. 나도 누나를 만나게 되어 매우 반가워요.

문법·표현 ❶

1 실례/사과 표현

> **Xin lỗi.** 실례/미안합니다.

○ Xin lỗi는 '실례합니다, 미안합니다'의 의미로, 'Xin lỗi + 상대 호칭'으로 쓸 수 있어요. 이에 대한 응답 표현으로 Không sao(괜찮아요)를 사용합니다.

| 예 | ⒶXin lỗi anh. 실례/미안합니다. 형/오빠 | ⒷKhông sao. 괜찮아. |

| 단어 | không sao 괜찮다 |

2 이름 묻고 답하기 표현

> Ⓐ **Tên của chị là gì?** 누나/언니의 이름이 뭐예요?
> Ⓑ **Tên của em là Trang.** 저의 이름은 짱이에요.

○ 베트남어 어순은 '피수식어 + 수식어'로, tên của chị는 '누나/언니의 이름'이 됩니다. của는 생략할 수 있어요.

| 예 | em (của) bạn 너(친구)의 동생 | hoa này 이 꽃 |

○ 의문사가 있는 의문문은 영어처럼 의문사의 위치가 문두로 도치되지 않고 한국어와 마찬가지로 어순의 변동이 없어요. 의문사가 있는 의문문에 대한 대답 역시 한국어와 같이 문장 어순을 그대로 유지하고 의문사의 위치에 해당하는 답만 넣으면 된답니다.

| 예 | Ⓐ Tên của anh là gì? 형/오빠의 이름은 뭐예요?
　　↓　↓　↓　↓　↓　　　↓　↓　↓
Ⓑ Tên của anh là Hùng. 형/오빠의 이름은 훙이야. |

- 베트남어의 어순은 '주어 + 동사/형용사'이지만, 주어 다음에 명사가 올 때는, '주어 + là + 명사'(주어는 명사이다)가 돼요.

> **예**
> Em là học sinh. 저는 학생이에요.
> Bố của em là bác sĩ. 저의 아버지는 의사입니다.

> **단어**   bạn 친구 | hoa 꽃 | này 이(지시사) | học sinh 학생(초·중·고교) | bác sĩ 의사

- 이름을 묻고 답하는 표현은 다양합니다.

질문	답하기
Tên của em là gì? 너의 이름이 뭐니?	Tên của em là Trang. 저의 이름은 짱이에요.
Tên em là gì? 네 이름이 뭐니?	Tên em là Trang. 제 이름은 짱이에요.
Em tên là gì? 너는 이름이 뭐니?	Em tên là Trang. 저는 이름이 짱이에요.
	Em là Trang. 저는 짱이에요.

3 반가운 감정 표현

> **Em rất vui được gặp anh.** 형을/오빠를 만나게 되어 매우 반갑습니다.

- rất은 '매우'로 피수식어의 앞에 위치해요.

> **예**
> Bà của em rất khoẻ. 저의 할머니는 매우 건강하십니다.

- được은 서술어 앞에서 '서술어하게 되다'의 의미예요.

> **예**
> được học 공부하게 되다

> **단어**   học 공부하다

4 독립적 1인칭 '나': tôi

> **Tôi tên là Se-ho.** 나는 이름이 세호예요.

● tôi는 상대와의 관계가 아직 정해지지 않은 경우, 관계성이 배제된 1인칭 '나'를 의미합니다. 초면에 상대의 나이를 모를 때, 예의상 상대를 anh 또는 chị로 부르고 나를 tôi로 호칭할 수 있어요.

예	Hùng: Chào anh. Tôi tên là Hùng. 안녕하세요. 나는 이름이 훙입니다.
	Se-ho: Chào anh. Tên tôi là Se-ho. 안녕하세요. 내 이름은 세호입니다.

세호와 짱이 처음 만나서, 서로를 anh(오빠), chị(누나)라고 불렀어요. 이때, 짱은 자신을 em(동생)이라고 했는데, 세호는 자신을 tôi라고 했지요. 초면이지만 짱은 자신이 더 어리다고 생각한 것이에요. 그리고 세호는 일단 예의바르게 짱을 chị라고 했지만 자신이 더 어리지 않다고 생각한 것이지요. 그래서 스스로 em이라고 하지 않은 거예요. 그렇다고 상대인 짱을 chị라고 불러놓고 자신을 anh이라고 할 수도 없지요. 오빠도 동생도 아닌 애매한 상황에서 잠시 tôi를 사용한 거예요. 우리도 초면에 서로 존대를 하다가 어느 시점에서 조심스럽게 대학 학번과 같은 나이와 관련된 정보를 묻고 답하면서 손위 아래를 알아보고 관계를 형성하는 것과 마찬가지입니다. 그래서 관계에 따른 호칭을 하며 친근감을 표시하는 베트남 사람은 초면에도 나이를 물을 수 있습니다. 친근하게 관계를 형성하고 싶어 하는 거예요. 그러니까 관계성이 배제된 tôi는 처음에 관계가 애매할 때만 잠시 사용하고 바로 관계를 형성하는 것이 좋습니다. 실제로 베트남 사람은 관계성이 없는 tôi를 거의 사용하지 않아요.

 03–03

1

Ⓐ Tên của anh là gì?

Ⓑ **Tên của anh là Se-ho.** 형/오빠의 이름은 세호야.
Tên anh là Se-ho. 형/오빠 이름은 세호야.
Anh tên là Se-ho. 형은/오빠는 이름이 세호야.
Anh là Se-ho. 형은/오빠는 세호야.

(1) Ⓐ Tên của em là gì?

Ⓑ _____ là Mi-na.

_____ là Mi-na.

_____ là Mi-na.

_____ là Mi-na.

2

Ⓐ Em rất vui được gặp anh. 형을/오빠를 만나서 반갑습니다.

Ⓑ **Anh cũng rất vui được gặp em.** 형/오빠도 너를 만나서 반가워.

(1) Ⓐ Chị rất vui được gặp em.

Ⓑ _____.

(2) Ⓐ Cháu rất vui được gặp ông.

Ⓑ _____.

(3) Ⓐ Bác rất vui được gặp cháu.

Ⓑ _____.

회화연습 1

1 잘 듣고 소리 내어 따라하세요.

Trang: Chào anh.

Se-ho: Chào chị. Xin lỗi, tên của chị là gì?

Trang: Tên của em là Trang. Em rất vui được gặp anh. Tên anh là gì?

Se-ho: Tôi tên là Se-ho. Tôi cũng rất vui được gặp chị.

2 세호가 되어 짱과 대화해 봅시다.

Trang: Chào anh.

Se-ho: _____. _____?

Trang: Tên của em là Trang. Em rất vui được gặp anh. Tên anh là gì?

Se-ho: _____. _____.

Hùng	Anh Se-ho ơi, đây là em gái của em.
Se-ho	Chào em. Anh là Se-ho.
Thuý	Xin lỗi, xin nhắc lại.
Se-ho	Tên của anh là Se-ho.
Thuý	À, cảm ơn anh Se-ho. Tên em là Thuý ạ.

단어 đây 여기, 이쪽 | gái 여자 | xin 청하다 | nhắc 일러주다 | lại 다시

훙	세호형, 이쪽은 저의 여동생이에요.
세호	안녕. 오빠는 세호야.
투이	죄송하지만, 다시 말해주세요.
세호	오빠의 이름은 세호야.
투이	아, 감사합니다, 세호 오빠. 제 이름은 투이예요.

1 상대를 부르는 표현

> **Anh Se-ho ơi.** 세호 형/오빠.

◎ '~야'라고 상대를 부를 때, '~ ơi'를 사용할 수 있어요.

예	Em ơi. 동생아/얘	Bạn ơi. 친구야.
	Chị ơi. 누나/언니	Bố ơi. 아빠.

2 소개 표현

> **Đây là em gái của em.** 이쪽은 저의 여동생이에요.

◎ đây là는 '여기는/이쪽은 ~이다'로 가까이 있는 사람이나 사물을 소개할 때 쓸 수 있어요.

예	Đây là mẹ của anh. 이분은 나(형/오빠)의 어머니이셔.
	Đây là trường của em. 여기가 저(동생)의 학교입니다.

◎ kia là는 '저기는/저쪽은 ~이다', đó là는 '그것은/그는 ~이다'를 의미해요.

예	Kia là nhà của anh. 저기는 나(형/오빠)의 집이야.
	Kia là bạn trai của Thuý. 저쪽은 투이의 남자 친구야.
	Đó là bút của chị. 그것은 나(누나/언니)의 펜이야.
	Đó là bạn của tôi. 그는 나의 친구야.

> 단어   trường 학교 | kia 저기, 저쪽 | nhà 집 | trai 남자 | đó 그것, 그 | bút 펜

● 호칭에 gái(여자), trai(남자)를 사용하여 남녀를 구별합니다.

em 동생	em trai 남동생	em gái 여동생
con 자녀	con trai 아들	con gái 딸
cháu 조카/손주	cháu trai 남자조카/손자	cháu gái 여자조카/손녀
bạn 친구	bạn trai 남자친구	bạn gái 여자친구

3 ### 요청하는 표현: Xin

> **Xin nhắc lại.** 다시 말해주세요.

● xin은 '청하다'의 의미로, 동사 또는 명사와 함께 쓸 수 있어요.
첫째, 'xin + (2인칭) + 동사' (2인칭(당신)이 ~하기를 청합니다, ~해 주세요)

예	(Em) xin (anh) nhắc lại. 형이/오빠가 다시 말해 주시기를 청합니다. 다시 말씀해 주세요.

둘째, 'xin + (2인칭) + 명사' (2인칭(당신)에게 ~를 청합니다, ~를 주세요)

예	(Con) xin (mẹ) tiền ạ. 엄마에게 돈을 청합니다. 돈을 주세요.

● 그 외에 동사의 주체가 1인칭인 경우, '내가 정중히 ~하겠습니다.'

예	(Tôi) xin cảm ơn. (내가) 감사합니다. (Em) xin hỏi ạ. (제가) 질문 드리겠습니다.

단어 tiền 돈 | hỏi 묻다

🎧 03-07

1

Anh Se-ho ơi, đây là em gái của em.
  (a)   (b)   (c)

세호형/오빠, 이쪽은 저의 여동생이에요.

	(a)	(b)	(c)
(1)	Chị Hoa	em trai	em
(2)	Bố	bạn gái	con
(3)	Ông	bạn trai	cháu

2

🅐 Anh Se-ho ơi, đây là em gái của em.
     (a)   (b)   (c)

세호형/오빠, 이쪽은 저의 여동생이에요.

🅑 Chào em.
        (d)

안녕 동생.

	(a)	(b)	(c)	(d)
(1)	Chị Hoa	em trai	em	em
(2)	Bố	bạn gái	con	cháu
(3)	Ông	bạn trai	cháu	cháu
(4)	Em	con gái	chị	cháu

🚩 친구의 부모님은 bác(큰아버지/큰어머니), chú(작은아버지), cô(고모)로, 자녀의 친구는 cháu(조카)로 부른답니다.

회화연습 2

🎧 03–08

1 잘 듣고 소리 내어 따라하세요.

Hùng Anh Se-ho ơi, đây là em gái của em.

Se-ho Chào em. Anh là Se-ho.

Hùng Xin lỗi, xin nhắc lại.

Se-ho Tên của anh là Se-ho.

Hùng À, cảm ơn anh Se-ho. Tên em là Thuý ạ.

2 세호가 되어 훙, 투이와 대화해 봅시다.

Hùng Anh Se-ho ơi, đây là em gái của em.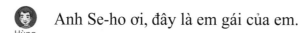

Se-ho _____. _____.

Thuý Xin lỗi, xin nhắc lại.

Se-ho _____.

Thuý À, cảm ơn anh Se-ho. Tên em là Thuý ạ.

1 어순

피수식어 + 수식어	• M<u>ẹ</u> của anh khoẻ. 형/오빠의 어머니는 건강하셔. • H<u>oa</u> này đẹp. 이 꽃은 아름다워.
주어 + 서술어	• <u>Chị</u> khoẻ. 누나/언니는 건강해.
주어 + 서술어 + 목적어	• Em ăn cơm. 저는 밥을 먹어요.

2 기본 문형

평서문	주어 + 서술어(동사/형용사) • Thuý đi. 투이는 가. • Thuý khoẻ. 투이는 건강해.
의문문	주어 + (có) + 서술어(동사/형용사) + không? • Thuý (có) đi không? 투이는 가니? • Thuý (có) khoẻ không? 투이는 건강하니?
부정문∗	주어 + không + 서술어(동사/형용사) • Thuý không đi. 투이는 가지 않아. • Thuý không khoẻ. 투이는 건강하지 않아.

∗không은 문장 끝에서 의문으로, 서술어 앞에서는 부정의 의미로 사용해요.

3 격변화

베트남어는 조사가 없으며 위치에 따라 자연스럽게 역할이 결정됩니다.

• <u>Em</u> gặp ai? 너는 누구를 만나니?　　주어

• Ai gặp <u>em</u>? 누가 너를 만나니?　　목적어

• Đây là nhà <u>em</u>. 여기가 저의 집이에요.　　한정어

1 밑줄 친 부분 중에서 틀린 것을 모두 찾아 바르게 쓰세요.

> Hoa: Chào anh.
>
> Se-ho: Chào chị. Xin lỗi, <u>tên của chị là gì?</u>
>   (a)
>
> Hoa: <u>Em của tên</u> là Hoa.
>   (b)
>
>   Em <u>vui rất</u> <u>được gặp</u> anh.
>   (c)   (d)

_____

_____

2 대화의 내용과 일치하는 것을 〈보기〉에서 모두 고르세요.

> A: Anh Se-ho ơi, đây là em gái của em.
>
> B: Chào em. Anh là Se-ho.
>
> C: Xin lỗi, xin nhắc lại.
>
> B: Tên của anh là Se-ho.
>
> C: À, cảm ơn anh Se-ho. Tên em là Thuý ạ.

보기   a. A는 B의 선배이다.

b. C는 A의 여동생이다.

c. C의 이름은 Thuý이다.

d. B는 자신의 이름을 C에게 두 번 말했다.

○ 베트남사람의 이름

　　베트남사람의 이름은 보통 성, 중간이름, 끝이름으로 구성되어 있어요. 예를 들어, Nguyễn Văn Hùng에서 Nguyễn은 성, Văn은 중간이름 그리고 Hùng이 끝이름이에요. 성은 아버지를 따르며, 일상 회화에서는 보통 끝이름만 부르지요. 하지만 끝이름이 같아 구분하기 어려운 경우는 중간 이름도 함께 부른답니다. Nguyễn Trãi와 같이 이름이 두 단어이거나, Trần Thị Lan Anh과 같이 이름이 네 단어로 구성된 경우도 있어요. 그리고 중간이름이 Văn이면 남성, Thị이면 여성이라는 걸 기억하세요. 베트남에서 가장 많은 성 씨는 Nguyễn 씨랍니다.

　　Nguyễn Văn Hùng의 경우, 훙형 또는 훙오빠라고 부를 때는 anh Hùng이라고 끝이름 만 부고, 직함을 부를 때도 훙 사장(giám đốc Hùng), 훙 교수(giáo sư Hùng)와 같이 역 시 끝이름만 쓰지요. 한국에서는 직함을 부를 때 성을 사용하여 '김 사장', '이 교수'하는 것과는 다르답니다.

> 단어　**giám đốc** 사장 | **giáo sư** 교수

○ 호찌민 주석(Chủ tịch Hồ Chí Minh)과 호찌민시(Thành phố Hồ Chí Minh)

　　베트남 사람들은 도시의 이름에 대해 말할 때, 보통 그 이름만 말하고 '도시'는 생략해 요. 베트남의 수도인 하노이(Hà Nội)시 역시, 보통 '시'를 생략하고 '하노이'라고 말하지요. 하지만 호찌민시는 항상 '시'를 사용하는데, 이것은 베트남의 초대 국가주석인 호찌민 주 석과 구분하기 위해서랍니다. 1975년 베트남전쟁이 끝난 후, 1976년에 사이곤시가 호 찌민 주석의 이름을 따라 호찌민시라고 불리게 되었어요. 호찌민시(Thành phố Hồ Chí Minh)는 TP. Hồ Chí Minh 또는 TP. HCM이라고 표기하기도 해요.

> 단어　**chủ tịch** (국가)주석 | **thành phố** 도시

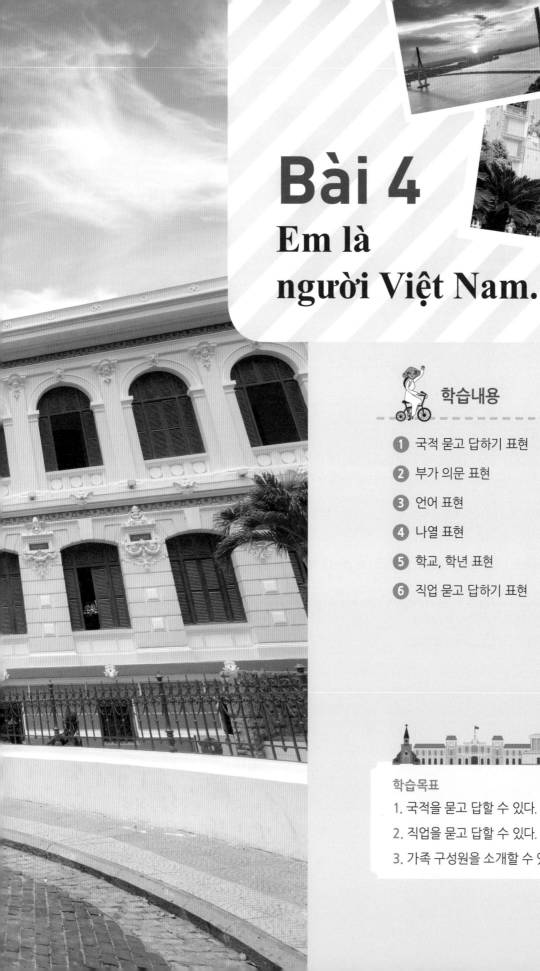

Bài 4
Em là người Việt Nam.

🚲 **학습내용**

① 국적 묻고 답하기 표현

② 부가 의문 표현

③ 언어 표현

④ 나열 표현

⑤ 학교, 학년 표현

⑥ 직업 묻고 답하기 표현

학습목표

1. 국적을 묻고 답할 수 있다.

2. 직업을 묻고 답할 수 있다.

3. 가족 구성원을 소개할 수 있다.

🎧 04–01

Se-ho   Em là người nước nào?

Trang   Em là người Việt Nam. Anh cũng là người Việt Nam, phải không?

Se-ho   Không phải. Anh là người Hàn Quốc.

Trang   Anh nói tiếng Việt giỏi quá!

Se-ho   Cảm ơn em.

단어 người 사람 | nước 나라 | nào 어느 | Việt Nam 베트남 | phải không 맞니 | không phải 맞지 않다 | Hàn Quốc 한국 | nói 말하다 | tiếng Việt 베트남어 | giỏi 잘하다 | quá 너무

세호   너는 어느 나라 사람이니?
짱   저는 베트남 사람이에요. 오빠도 베트남 사람이 맞나요?
세호   아니야. 나는 한국 사람이야.
짱   오빠 베트남어 너무 잘해요!
세호   고마워.

 04-02

1 국적 묻고 답하기 표현

> Ⓐ **Em là người nước nào?** 너(동생)는 어느 나라 사람이니?
>
> Ⓑ **Em là người Việt Nam.** 저(동생)는 베트남 사람이에요.

◉ 국적을 물을 때, 'người nước nào'(어느 나라 사람)를 사용하고 이에 대하여 'người + 나라 이름'(나라 사람)으로 답할 수 있어요.

예	Ⓐ Anh là người nước nào? 형은/오빠는 어느 나라 사람이에요? Ⓑ Anh là người Hàn Quốc. 형은/오빠는 한국 사람이야.

◉ 의문사 nào는 '어느, 어떤'의 의미로, 명사와 함께 '명사 + nào'(어떤 명사)로 쓰여요.

예	Anh đi nước nào? 형은/오빠는 어느 나라에 가요? Em thích sách nào? 너 어느 책을 좋아해?

◉ 의문사 gì는 '무슨'의 의미로, 명사와 함께 '명사 + gì'(무슨 명사)로 쓰이고, '무엇'의 의미로 의문명사의 기능도 있답니다.

예	Em có chuyện gì? 너 무슨 일이 있니? Tên của chị là gì? 누나/언니의 이름은 뭐예요?

> 단어　người 사람 | nước 나라 | nào 어느, 어떤 | Việt Nam 베트남 | Hàn Quốc 한국 |
> thích 좋아하다 | sách 책 | chuyện 일

2 부가 의문 표현

> Ⓐ **Anh là người Việt Nam, (có) phải không?**
>
> 형은/오빠는 베트남 사람이 맞나요?
>
> Ⓑ **Phải. Anh là người Việt Nam.**
>
> 맞아. 형은/오빠는 베트남 사람이야.
>
> Ⓑ **Không phải. Anh không phải là người Việt Nam.**
>
> 아니야. 형은/오빠는 베트남 사람이 아니야.

○ là가 있는 문장 '주어 + là + 명사'(주어는 명사이다)의 의문문은 문장 끝에 không만 오지 않고, '주어 + là + 명사 + có + phải + không?'(주어는 명사이다, 맞니?)의 부가의문문 형태를 사용해요. có는 생략할 수 있어요.

> 예 Anh Se-ho là người Hàn Quốc. 세호 형은/오빠는 한국 사람이야.
>
> Anh Se-ho là người Hàn Quốc, (có) phải không?
> 세호 형은/오빠는 한국 사람이 맞나요?

○ 이에 대한 긍정 대답은 ừ(그래), vâng(그래요) 또는 phải(맞다)를, 부정 대답은 không (phải)(맞지 않다)를 사용해요. 특히, 부정문은 'không phải là'(~인 것이 맞지 않다)의 형태를 사용한답니다.

> 예 Ⓐ Anh là người Hàn Quốc, phải không? 형은/오빠는 한국 사람이 맞나요?
>
> Ⓑ Phải. Anh là người Hàn Quốc. 맞아. 형은/오빠는 한국 사람이야.
>
> Ⓑ Không (phải). Anh không phải là người Hàn Quốc.
> 아니야. 형은/오빠는 한국 사람이 아니야.

단어 phải 맞다

> ## Anh nói tiếng Việt giỏi quá! 형/오빠 베트남어 너무 잘해요!

● 언어를 표현할 때는 '소리'를 의미하는 tiếng과 나라 이름을 함께 사용하여 'tiếng + 나라 이름'(나라 소리)로 표현합니다.

예	Tiếng Việt hay lắm. 베트남어는 매우 재미있어. Em thích học tiếng Anh. 저는 영어 배우는 것을 좋아해요.

● quá는 '너무'의 의미를 갖는 부사예요. 피수식어의 앞과 뒤에 모두 위치할 수 있지만 앞에 위치할 때는 정도나 한계를 지나치게 넘었음을 의미해요.

예	Thuý đẹp quá. 투이는 너무 예쁘다. Em ăn quá chậm. 너는 너무 늦게 먹는다.

> 단어 nói 말하다 | tiếng 소리 | giỏi 잘하다 | quá 너무 | hay 재미있다 | lắm 매우 |
> Anh 영국 | chậm 느리다

 04-03

1

Ⓐ <u>Em</u> là người nước nào?   Ⓑ <u>Em</u> là người <u>Việt Nam</u>.
　　(a)　　　　　　　　　　　　(a)　　　　　(b)

너는 어느 나라 사람이니?　　　　저는 베트남 사람이에요.

	(a)	(b)
(1)	Anh	Hàn Quốc
(2)	Chị	Mĩ
(3)	Chú	Trung Quốc
(4)	Cháu	Anh

단어　Mĩ 미국 | Trung Quốc 중국

2

Ⓐ Anh là <u>người Việt Nam</u>, phải không?
　　　　　　　(a)

형은/오빠는 베트남 사람이 맞나요?

Ⓑ Phải. Anh là người Việt Nam.　맞아. 형은/오빠는 베트남 사람이야.
Ⓑ Không phải. Anh không phải là người Việt Nam.

아니야. 형은/오빠는 베트남 사람이 아니야.

　　(a)
(1)　giáo sư　　　　Ⓑ Phải. _____.

(2)　giám đốc　　　Ⓑ Không phải. _____.

(3)　bạn trai của Thuý　Ⓑ Phải. _____.

회화연습 ①

 04-04

1 잘 듣고 소리 내어 따라하세요.

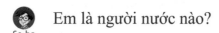 Em là người nước nào?

Trang Em là người Việt Nam. Anh cũng là người Việt Nam, phải không?

Se-ho Không phải. Anh là người Hàn Quốc.

Trang Anh nói tiếng Việt giỏi quá!

Se-ho Cảm ơn em.

2 세호가 되어 짱과 대화해 봅시다.

Se-ho _____?

Trang Em là người Việt Nam. Anh cũng là người Việt Nam, phải không?

Se-ho _____. _____.

Trang Anh nói tiếng Việt giỏi quá!

Se-ho _____.

04-05

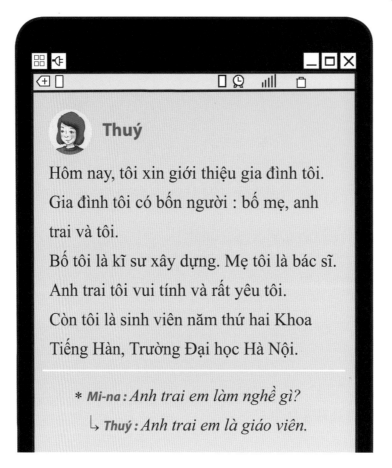

Thuý

Hôm nay, tôi xin giới thiệu gia đình tôi.

Gia đình tôi có bốn người : bố mẹ, anh trai và tôi.

Bố tôi là kĩ sư xây dựng. Mẹ tôi là bác sĩ.

Anh trai tôi vui tính và rất yêu tôi.

Còn tôi là sinh viên năm thứ hai Khoa Tiếng Hàn, Trường Đại học Hà Nội.

* *Mi-na : Anh trai em làm nghề gì?*

↳ *Thuý : Anh trai em là giáo viên.*

단어 hôm nay 오늘 | giới thiệu 소개하다 | gia đình 가정, 가족 | kĩ sư 엔지니어 | xây dựng 건설하다 | bác sĩ 의사

오늘은 우리 가족을 소개하겠습니다.
우리 가족은 부모님, 오빠와 나 4명입니다.
아버지는 건설 엔지니어입니다.
어머니는 의사입니다.
오빠는 쾌활하고 나를 매우 사랑합니다.
그리고 나는 하노이대학교, 한국어과 2학년 학생입니다.
　　* 미나 : 네 오빠는 직업이 뭐니?
　　└ 투이 : 제 오빠는 교사예요.

04-06

1 나열하는 표현

> Gia đình tôi có bốn người : bố mẹ, anh trai và tôi.
> 우리 가족은 부모님, 오빠와 나 4명입니다.

○ 나열할 때는 A, B, C và D의 형식을 사용해요.

예	Anh muốn đi du lịch Mĩ, Pháp, Nhật Bản và Việt Nam. 형은/오빠는 미국, 프랑스, 일본 그리고 베트남을 여행하고 싶어.

> 단어   bốn 넷(4) | và 그리고 | anh trai 친형/친오빠 | muốn 원하다 | du lịch 여행하다 |
> Pháp 프랑스 | Nhật Bản 일본

2 학교, 학년 표현

> Tôi là sinh viên năm thứ hai Khoa Tiếng Hàn, Trường Đại
> học Hà Nội. 나는 하노이대학교, 한국어과 2학년 학생입니다.

○ 먼저, 베트남어 숫자를 보세요.

0	không	5	năm	10	mười
1	một	6	sáu	11	mười một
2	hai	7	bảy	12	mười hai
3	ba	8	tám	13	mười ba
4	bốn	9	chín	14	mười bốn

○ 베트남에서 대학생은 sinh viên, 초·중·고등학교 학생은 học sinh으로 구분하고 초등학교
1학년부터 고등학교 3학년까지를 1학년부터 12학년으로 표현해요.

	Em là học sinh lớp mười. 저는 10학년(고등학교 1학년) 학생입니다.
	Chị gái của em là sinh viên. 저의 누나/언니는 대학생이에요.

학교	연령	학생	학년		기간(년)
trường tiểu học 초등학교	6~11	học sinh	1	lớp một	5
			2	lớp hai	
			3	lớp ba	
			4	lớp bốn	
			5	lớp năm	
trường trung học cơ sở 중학교	11~15	học sinh	6	lớp sáu	4
			7	lớp bảy	
			8	lớp tám	
			9	lớp chín	
trường trung học phổ thông 고등학교	15~18	học sinh	10	lớp mười	3
			11	lớp mười một	
			12	lớp mười hai	
trường đại học 대학교	18~22	sinh viên	1	năm thứ nhất*	4
			2	năm thứ hai	
			3	năm thứ ba	
			4	năm thứ tư*	

🚩 thứ와 함께 숫자가 올 경우에 1, 4는 각각 nhất, tư를 사용해요.

단어 sinh viên 대학생 | năm 년(연도) | thứ ~번째 | khoa (학)과 | tiếng Hàn 한국어 | trường 학교 |
đại học 대학 | học sinh 초·중·고교 학생 | lớp 학년, 반 | chị gái 친누나/친언니

직업 묻고 답하기 표현

> Ⓐ Anh trai em làm nghề gì? 네 오빠는 직업이 뭐니?
>
> Ⓑ Anh trai em là giáo viên. 제 오빠는 교사예요.

● 직업을 물을 때, làm nghề gì?(직업이 뭐니?) 혹은 상황에 따라 làm gì?(뭐 하니?)를 사용할 수 있어요. 대답은 보통 là를 사용하여 '주어 + là + 직업명'으로 한답니다.

예	Ⓐ Bố của em làm nghề gì? 너의 아버지는 직업이 뭐니?
	Ⓑ Bố của em là kiến trúc sư. 저의 아버지는 건축가입니다.
	Ⓐ Còn mẹ em làm gì? 그리고 너의 어머니는 뭐 하시니?
	Ⓑ Mẹ em là y tá. 저의 어머니는 간호사예요.
	Ⓐ Anh làm gì? 형/오빠 뭐 해요?
	Ⓑ Anh đọc báo. 형/오빠 신문 읽어.

단어 nghề 직업 | giáo viên 교사 | kiến trúc sư 건축가 | y tá 간호사 | đọc 읽다 | báo 신문

🎧 04-07

1

<u>Tôi</u> xin giới thiệu <u>gia đình</u> <u>tôi</u>. 나의 가족을 소개하겠습니다.
   (a)   (b)   (a)

	(a)	(b)
(1)	Em	trường
(2)	Tôi	bố mẹ
(3)	Em	công ti

단어   công ti 회사

2

Ⓐ <u>Anh trai em</u> làm nghề gì? 네 오빠는 직업이 뭐니?
     (a)

Ⓑ <u>Anh trai em</u> là <u>giáo viên</u>. 제 오빠는 교사예요.
     (a)   (b)

	(a)	(b)
(1)	Anh	giám đốc
(2)	Chị	bác sĩ
(3)	Cháu	y tá
(4)	Chị Trang	giáo viên

 04-08

1 잘 듣고 소리 내어 따라하세요.

Hôm nay tôi xin giới thiệu gia đình tôi.

Gia đình tôi có bốn người : bố mẹ, anh trai và tôi.

Bố tôi là kĩ sư xây dựng. Mẹ tôi là bác sĩ.

Anh trai tôi vui tính và rất yêu tôi.

Còn tôi là sinh viên năm thứ hai Khoa Tiếng Hàn, Trường Đại
học Hà Nội.

> * *Mi-na : Anh trai em làm nghề gì?*
> ↳ *Thuý : Anh trai em là giáo viên.*

2 읽고 한국어로 표현된 부분을 베트남어로 번역해 보세요.

Hôm nay tôi 우리 가족을 소개하겠습니다.

Gia đình tôi 네 사람입니다 : bố mẹ, anh trai và tôi.

Bố tôi là kĩ sư xây dựng. 어머니는 의사입니다.

Anh trai tôi vui tính và 나를 매우 사랑합니다.

Còn tôi là sinh viên năm thứ hai 하노이대학교 한국어과.

> * *Mi-na : Anh trai em làm nghề gì?*
> ↳ *Thuý : Anh trai em* 교사입니다.

1 국가, 사람, 언어

	국가	사람	언어
미국	Mĩ	người Mĩ	tiếng Anh
베트남	Việt Nam	người Việt (Nam)	tiếng Việt (Nam)
영국	Anh (Quốc)	người Anh	tiếng Anh
일본	Nhật Bản	người Nhật (Bản)	tiếng Nhật (Bản)
중국	Trung Quốc	người Trung Quốc	tiếng Trung (Quốc)
프랑스	Pháp	người Pháp	tiếng Pháp
한국	Hàn Quốc	người Hàn (Quốc)	tiếng Hàn (Quốc)

2 là가 있는 문장의 형식

평서문	주어 + là + 명사
	• Thuý là sinh viên. 투이는 대학생이야.
	• Giáo viên tiếng Hàn là người Hàn Quốc. 한국어 선생님은 한국 사람이야.
의문문	주어 + là + 명사, (có) phải không?/주어 + có phải là + 명사 + không?
	• Thuý là sinh viên, phải không? 투이는 대학생이 맞니?
	= Thuý là sinh viên, có phải không?
	= Thuý có phải là sinh viên không?
	• Giáo viên tiếng Hàn có phải là người Hàn Quốc không? 한국어 선생님은 한국 사람이니?
부정문	주어 + không phải là + 명사
	• Thuý không phải là sinh viên. 투이는 대학생이 아니야.
	• Giáo viên tiếng Hàn không phải là người Hàn Quốc. 한국어 선생님은 한국 사람이 아니야.

1 빈칸에 들어갈 적당한 말을 쓰세요.

Trang : Chào anh.

Se-ho : Chào em. _____?

Trang : Em là người Việt Nam.

2 빈칸에 들어갈 적당한 말을 쓰세요.

Se-ho : Chào em.

Trang : Chào anh. _____?

Se-ho : Phải. Anh là người Hàn Quốc.

3 Thuý 가족에 대한 글의 내용과 일치하는 것을 〈보기〉에서 고르세요.

Hôm nay tôi xin giới thiệu gia đình tôi. Gia đình tôi có bốn người: bố mẹ, anh trai và tôi. Bố tôi là kĩ sư xây dựng. Mẹ tôi là bác sĩ. Anh trai tôi vui tính và rất yêu tôi. Còn tôi là sinh viên năm thứ hai Khoa Tiếng Hàn, Trường Đại học Hà Nội.

* *Mi-na : Anh trai em làm nghề gì?*

  ↳ *Thuý : Anh trai em là giáo viên.*

보기   a. 가족은 4명이다.

b. 어머니는 매우 쾌활하다.

c. Mi-na와 Thuý는 자매이다.

d. 아버지는 건설 엔지니어이다.

e. Thuý는 하노이대학교 3학년 학생이다.

○ 명함

Công ti Du lịch Việt Nam

Nguyễn Văn Tuấn

Giám đốc

Địa chỉ : Số 1, đường Hai Bà Trưng, quận Hoàn Kiếm, Hà Nội

Điện thoại văn phòng : 024. 3342 8609

Điện thoại di động : 0912 345 678

Email : nvtuan@OOOmail.com

베트남 여행사

응우옌 반 뚜언

사장

주소 : 하노이 호안끼엠군 하이바쯩길 1

사무실 전화 : 024. 3342 8609

휴대전화 : 0912 345 678

이메일 : nvtuan@OOOmail.com

단어 địa chỉ 주소 | số 번호, 수 | đường 길, 거리 | quận (행정단위) 군, 구 | điện thoại 전화 | văn phòng 사무실 | di động 이동하다

문화

ㅇ 베트남인의 성씨

베트남 사람들은 아버지의 성을 따르며, 베트남 사람의 성씨 중 가장 많은 비중을 차지하는 것은 응우옌(Nguyễn)씨예요. 응우옌씨는 봉건 왕조의 이름과 관계가 있는데 베트남의 마지막 왕조인 응우옌 왕조의 성이에요. 2005년 통계에 따르면 인구의 38%가 응우옌씨인데요. 이처럼 쩐(Trần), 레(Lê), 리(Lý) 등도 베트남 역사 속의 왕조인 쩐 왕조, 전(前)레 - 후(後)레 왕조, 리 왕조의 성과 관련이 깊답니다.

베트남 총인구의 약 90%가 응우옌, 쩐, 레, 팜(Phạm), 호앙(Hoàng), 후인(Huỳnh), 판(Phan), 부(Vũ), 당(Đặng), 부이(Bùi), 도(Đỗ), 호(Hồ), 응오(Ngô), 즈엉(Dương), 리씨 성을 가지고 있어요.

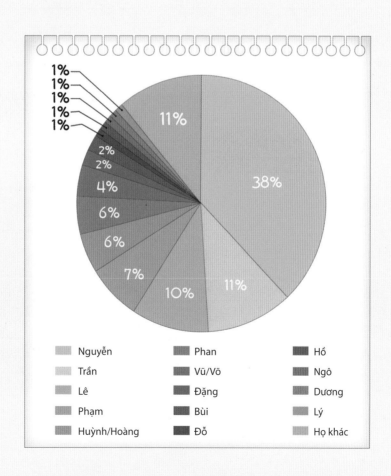

Nguyễn	Phan	Hồ
Trần	Vũ/Võ	Ngô
Lê	Đặng	Dương
Phạm	Bùi	Lý
Huỳnh/Hoàng	Đỗ	Họ khác

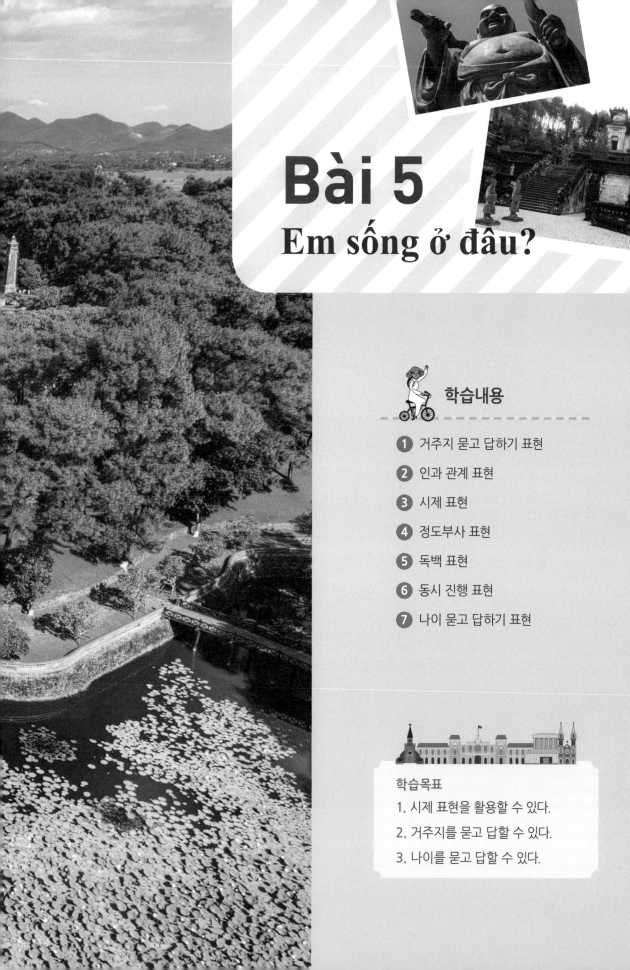

Bài 5
Em sống ở đâu?

학습내용

① 거주지 묻고 답하기 표현

② 인과 관계 표현

③ 시제 표현

④ 정도부사 표현

⑤ 독백 표현

⑥ 동시 진행 표현

⑦ 나이 묻고 답하기 표현

학습목표

1. 시제 표현을 활용할 수 있다.

2. 거주지를 묻고 답할 수 있다.

3. 나이를 묻고 답할 수 있다.

🎧 05-01

Se-ho Em sống ở đâu?

Trang Em sống ở đường Hai Bà Trưng. Ở Hàn Quốc, nhà anh ở đâu?

Se-ho Nhà anh ở Seoul. Nhưng vì anh đang làm việc ở công ti Hàn Quốc tại Hà Nội nên thuê nhà ở đây.

Trang Anh sống với ai?

Se-ho Anh sống với vợ, một con gái và một con trai.

 **nhưng** 그러나
với ~와/과

세호 너는 어디에서 사니?
짱   저는 하이바쯩길에 살아요. 한국에서 오빠 집은 어디에 있어요?
세호 오빠 집은 서울에 있어. 하지만 오빠가 하노이에 있는 한국 회사에서 일하고 있어서 여기에서 집을 얻었어.
짱   오빠는 누구와 살아요?
세호 오빠는 아내, 딸 한 명 그리고 아들 한 명과 살아.

1 거주지 묻고 답하기 표현

> **A** Em sống ở đâu? 너(동생)는 어디에서 사니?
>
> **B** Em sống ở đường Hai Bà Trưng. 저는 하이바쯩길에 살아요.

● 거주지를 물을 때, '사람 + sống ở đâu?'(사람이 어디에 사느냐?) 또는 '집 + ở đâu?'(집이 어디에 있느냐?)의 형식을 사용하고, 의문사 đâu(어디) 대신에 거주지를 넣어 답할 수 있어요.

예	**A** Anh sống ở đâu? 형은/오빠는 어디에 살아요?
	B Anh sống ở đường Sejong. 형은/오빠는 세종로에서 살아.
	A Nhà chị ở đâu? 누나/언니의 집은 어디에 있어요?
	B Nhà chị ở đường Sejong. 누나/언니의 집은 세종로에 있어.

● ở는 본동사와 함께 쓰여 '~에/에서'의 의미를 가져요.

예	Chị ăn cơm ở nhà. 누나/언니는 집에서 밥 먹어.
	Anh gặp em ở đâu? 형이/오빠가 너를 어디에서 만나?

● 본동사가 없을 때, ở는 '~에 있다'의 의미로 쓰인답니다.

예	Bố em ở nhà. 저의 아빠는 집에 계세요.
	Chị ở đâu? 누나/언니는 어디에 있어요?

> 단어 **sống** 살다 | **ở** ~에/에서 (있다) | **đường** 길, 거리 | **Hai Bà Trưng** 하이바쯩(베트남 위인)

2 인과 관계 표현 : A하기 때문에 B하다

> # Vì anh đang làm việc ở công ti Hàn Quốc tại Hà Nội nên thuê nhà ở đây.
>
> 형이/오빠가 하노이에 있는 한국 회사에서 일하고 있어서 여기에서 집을 얻었어.

● '(Bởi) vì A nên B'는 '왜냐하면 A하기 때문에 B하다'이고 'bởi vì'를 생략하여 'A nên B'(A여서 B하다)로 쓸 수 있어요. 또한, 'B (bởi) vì A'(B하다 A하기 때문에)로도 쓸 수 있어요.

> **예** (Bởi) vì tôi thích Việt Nam nên tôi học tiếng Việt.
> 나는 베트남을 좋아하기 때문에 베트남어를 공부해요.
>
> = Tôi thích Việt Nam nên tôi học tiếng Việt.
> 나는 베트남을 좋아해서 베트남어를 공부해요.
>
> = Tôi học tiếng Việt (bởi) vì tôi thích Việt Nam.
> 나는 베트남을 좋아하기 때문에 베트남어를 공부해요.

● 주어 + đang + 서술어'는 '주어가 서술어하고 있다'는 현재 진행을 나타낸답니다.

> **예** Ⓐ Anh đang làm gì? 형은/오빠는 뭐 하고 있어요?
> Ⓑ Anh đang xem phim. 나 영화 보고 있어.

◉ 시제 표현을 아래와 같이 정리해 봤어요.

주어 + đã/vừa/mới/vừa mới /đang/sắp/sẽ + 서술어		
과거	đã ~했다	Hùng đã ăn cơm. 훙은 밥을 먹었다.
근접 과거	vừa/mới/vừa mới 막/방금 ~했다	Hùng vừa/mới/vừa mới ăn cơm. 훙은 밥을 방금 먹었다.
현재 진행	đang ~하고 있다	Hùng đang ăn cơm. 훙은 밥을 먹고 있다.
근접 미래	sắp 곧 ~할 것이다	Hùng sắp ăn cơm. 훙은 밥을 곧 먹을 것이다.
미래	sẽ ~할 것이다	Hùng sẽ ăn cơm. 훙은 밥을 먹을 것이다.

단어 (bởi) vì 왜냐하면 ~하기 때문에 | đang ~하고 있다 | công ti 회사 | tại ~에서 | nên 그래서 |
thuê 임차하다/빌리다 | xem 보다 | phim 영화

🎧 05-03

1

ⒶEm <u>sống</u> ở <u>đâu</u>?

       (a)

너는 어디에서 사니?

ⒷEm <u>sống</u> ở <u>Hà Nội</u>.

     (a)   (b)

저는 하노이에서 살아요.

	(a)	(b)
(1)	làm việc	Thành phố Hồ Chí Minh
(2)	học tiếng Việt	trường em
(3)	ăn cơm	nhà
(4)	đọc sách	thư viện

단어   thư viện 도서관

2

Vì tôi <u>thích Việt Nam</u> nên tôi <u>học tiếng Việt</u>.

         (a)   (b)

나는 베트남을 좋아하기 때문에 베트남어를 공부한다.

	(a)	(b)
(1)	mệt	nghỉ
(2)	thích Trang	muốn gặp Trang
(3)	khoẻ	làm việc chăm chỉ
(4)	sẽ đi Việt Nam	đang học tiếng Việt

단어   mệt 피곤하다 | nghỉ 쉬다 | chăm chỉ 열심히

 05-04

1 잘 듣고 소리 내어 따라하세요.

> Se-ho　Em sống ở đâu?
>
> Trang　Em sống ở đường Hai Bà Trưng. Ở Hàn Quốc, nhà anh ở đâu?
>
> Se-ho　Nhà anh ở Seoul. Nhưng vì anh đang làm việc ở công ti Hàn Quốc tại Hà Nội nên thuê nhà ở đây.
>
> Trang　Anh sống với ai?
>
> Se-ho　Anh sống với vợ, một con gái và một con trai.

2 세호가 되어 짱과 대화해 봅시다.

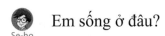

> Se-ho　_____?
>
> Trang　Em sống ở đường Hai Bà Trưng. Ở Hàn Quốc, nhà anh ở đâu?
>
> Se-ho　_____. _____
> _____.
>
> Trang　Anh sống với ai?
>
> Se-ho　_____.

05-05

Hùng   Đây là em gái của em đấy.

Mi-na   Em gái của em đẹp quá nhỉ.

Hùng   Vâng. Em ấy vừa đẹp vừa thông minh.

Mi-na   Em ấy bao nhiêu tuổi?

Hùng   Em ấy hai mươi tuổi.

단어   đấy ~이야(문미에서 강조)

홍   이쪽은 저의 여동생이에요.
미나   네 여동생 너무 예쁘네.
홍   네. 그 애는 예쁘면서 총명해요.
미나   그 애는 몇 살이니?
홍   그 애는 스무 살이에요.

문법·표현 2

 05-06

1 정도부사와 독백 표현

> **Em gái của em đẹp quá nhỉ.** 네 여동생 너무 예쁘네.

◉ 정도를 나타내는 부사를 아래와 같이 정리해 봤어요.

hơi, khá, rất, quá + 피수식어
피수식어 + lắm, quá

*quá는 피수식어의 앞과 뒤에 위치할 수 있으나, 앞에 위치하면 정도나 한계를 지나치게 넘었다는 의미예요.

hơi 약간, 조금	Em hơi buồn. 저는 좀 슬퍼요.
khá 꽤, 제법	Mi-na nói tiếng Việt khá giỏi. 미나는 베트남어를 꽤 잘해.
rất 매우, 아주	Phở này rất ngon. 이 쌀국수는 아주 맛있어요.
lắm 매우, 아주	Mẹ em đẹp lắm. 제 어머니는 아주 예쁘세요.
quá 너무	Hùng chạy nhanh quá! 훙은 너무(정말) 빨리 달린다! Hùng chạy quá nhanh. 훙은 너무(지나치게) 빨리 달린다.

◉ nhỉ는 문장 끝에서 상대의 동의를 간접적으로 요구하거나 독백 형식으로 질문할 때 사용해요.

> **예** Tiếng Việt hay. 베트남어가 재미있다.
> Tiếng Việt hay nhỉ. 베트남어가 재미있네.
> Nhà của Hùng ở đâu? 훙 집이 어디니?
> Nhà của Hùng ở đâu nhỉ? 훙 집이 어디더라?

> **단어** chị gái 친누나/친언니 | đẹp 아름답다 | buồn 슬프다 | phở 쌀국수 | ngon 맛있다 |
> chạy 달리다 | nhanh 빠르다 | hay 재미있다

2 동시 진행 표현 : A하면서 B하다

> **Em ấy vừa đẹp vừa thông minh.** 그 애는 예쁘면서 총명해요.

○ 'vừa A vừa B'는 'A하면서 B하다'의 구문으로, A와 B가 동사일 경우 두 가지 동작이 동시에 이루어짐을 나타내고, A와 B가 형용사일 경우 두 가지 상태나 성질을 가지고 있음을 의미해요. 또한 A와 B가 명사일 경우에는 'vừa là A vừa là B' 형태로 쓰이고 'A이면서 B이다'의 의미를 가진답니다.

예	
Thuý vừa ăn cơm vừa xem ti vi.	투이는 밥을 먹으면서 텔레비전을 본다.
Anh Hùng vừa đẹp trai vừa tốt bụng.	홍 형은/오빠는 잘생겼으면서 마음씨도 좋다.
Hoa vừa là bác sĩ vừa là giám đốc công ti.	호아는 의사이면서 회사 사장이다.

단어 thông minh 총명하다 | ti vi 텔레비전 | đẹp trai 미남이다 | tốt bụng 마음씨가 좋다

3 나이 묻고 답하기 표현

> Ⓐ **Em ấy bao nhiêu tuổi?** 그 애는 몇 살이니?
>
> Ⓑ **Em ấy hai mươi tuổi.** 그 애는 스무 살이에요.

● bao nhiêu는 '얼마, 몇'의 뜻으로, tuổi와 결합하여 나이를 묻는 의문사로 사용해요. 어린 아이에게는 mấy tuổi를 사용하는데, bao nhiêu가 보통 두 자릿수 이상에 mấy는 한 자릿수에 사용한답니다.

> 예
>
> Ⓐ Xin lỗi, chị bao nhiêu tuổi? 실례지만, 누나/언니는 몇 살이세요?
> Ⓑ Tôi 36 tuổi. 나는 36살이에요.
>
> Ⓐ Cháu ơi, cháu mấy tuổi? 얘(손주/조카), 너 몇 살이니?
> Ⓑ Cháu 6 tuổi ạ. 저 6살이에요.

> 단어　ấy 그(3인칭) | bao nhiêu 얼마, 몇 | tuổi 나이, 살 | mấy 얼마, 몇

05-07

1

Em ấy vừa <u>đẹp</u> vừa <u>thông minh</u>. 그 애는 예쁘면서 총명해요.
　　　　　　(a)　　　　(b)

	(a)	(b)
(1)	vui	buồn
(2)	nói tiếng Việt	nói tiếng Anh
(3)	đọc sách	nghe nhạc
(4)	là sinh viên	là ca sĩ

단어　nghe 듣다 | nhạc 음악 | ca sĩ 가수

2 정리하기 1의 숫자 표현을 먼저 학습하고 보세요.

Ⓐ Em ấy bao nhiêu <u>tuổi</u>? 그 애는 몇 살이니?
　　　(a)

Ⓑ Em ấy <u>hai mươi</u> tuổi. 그 애는 스무 살이에요.
　　(a)　　　(b)

	(a)	(b)
(1)	Anh Hùng	hai mươi bảy
(2)	Bố em	sáu mươi lăm
(3)	Cháu	mười tám
(4)	Con gái của chị	ba mươi mốt

05–08

1 잘 듣고 소리 내어 따라하세요.

Hùng: Đây là em gái của em đấy.

Mi-na: Em gái của em đẹp quá nhỉ.

Hùng: Vâng. Em ấy vừa đẹp vừa thông minh.

Mi-na: Em ấy bao nhiêu tuổi?

Hùng: Em ấy hai mươi tuổi.

2 미나가 되어 훙과 대화해 봅시다.

Hùng: Đây là em gái của em đấy.

Mi-na: _____.

Hùng: Vâng. Em ấy vừa đẹp vừa thông minh.

Mi-na: _____?

Hùng: Em ấy hai mươi tuổi.

숫자 표현(기수)

11	mười một	21	hai **mươi mốt**	100	một **trăm**
12	mười hai	22	hai mươi hai	101	một trăm **linh/lẻ** một
13	mười ba	23	hai mươi ba	110	một trăm mười
14	mười bốn	24	hai mươi bốn/**tư**	1.000	một **nghìn/ngàn**
15	mười **lăm**	25	hai mươi **lăm/nhăm**	1.001	một nghìn/ngàn **không trăm** linh/lẻ một
16	mười sáu	26	hai mươi sáu	1.010	một nghìn/ngàn không trăm mười
17	mười bảy	27	hai mươi bảy	1.100	một nghìn/ngàn một trăm
18	mười tám	28	hai mươi tám	10.000	mười nghìn/ngàn
19	mười chín	29	hai mươi chín	100.000	một trăm nghìn/ngàn
20	hai **mươi**	30	ba mươi	1.000.000	một **triệu**

＊linh/lẻ :(100 이상의 수에서) 십의 자릿수 0

숫자 관련 유의 사항

① 20부터 90까지의 0은 mười가 mươi로 바뀌어요.
  • **mười**(10), hai **mươi**(20), ba **mươi**(30)… chín **mươi**(90)

② 21부터 91까지의 1은 một이 mốt으로 바뀌어요.
  • mười **một**(11), hai mươi **mốt**(21), ba mươi **mốt**(31)… chín mươi **mốt**(91)

③ 15의 5는 năm이 lăm으로, 25부터 95까지의 5는 năm이 lăm/nhăm으로 돼요.
  • **năm**(5), mười **lăm**(15), hai mươi **lăm/nhăm**(25), ba mươi **lăm/nhăm**(35)…

④ 20 이상 숫자의 일의 자리가 4일 경우 서수 넷(tư)으로도 쓸 수 있어요.
  • 24(hai mươi **tư**), 34(ba mươi **tư**), 44(bốn mươi **tư**)…

⑤ 십의 자리가 0일 경우 북부는 linh, 남부는 주로 lẻ로 써요.
  • 101(một trăm **linh/lẻ** một), 1.101(một nghìn/ngàn một trăm **linh/lẻ** một)

⑥ 천 단위는 북부는 nghìn, 남부는 ngàn으로 써요.
  • 1.000(một **nghìn/ngàn**)

⑦ 백의 자리가 0일 경우 không trăm으로 써요.
  • 1.010(một nghìn/ngàn **không trăm** mười)

⑧ 천 단위는 쉼표(,)가 아닌 마침표(.)를 사용해요.
  • **100.000**(십만), **1.000.000**(백만)

1 빈칸에 들어갈 적당한 말을 쓰세요.

> A: _____?
>
> B: Nhà em ở đường Hai Bà Trưng.

2 빈칸에 들어갈 적당한 말을 쓰세요.

> A: _____?
>
> B: Chị ba mươi sáu tuổi.

3 숫자의 표기가 옳지 않은 것은?

① 1   một
② 5   năm
③ 10   mười
④ 15   mười lăm
⑤ 21   hai mười một

4 〈보기〉의 말을 모두 사용하여 대화를 완성하세요.

> Trang: Thuý đẹp quá nhỉ.
>
> Se-ho: Ừ. Em _____ _____ _____ vừa _____.

보기   ấy   đẹp   vừa   thông minh

① 빈칸에 들어갈 적당한 말을 쓰세요.

> A: _____?
>
> B: Anh sống với vợ, một con gái và một con trai.

② 빈칸에 들어갈 적당한 말을 쓰세요.

> A: Ở Hàn Quốc, _____?
>
> B: Nhà anh ở Seoul.

③ 문장 표현이 옳지 않은 것은?

① Em hơi buồn.
② Mẹ em đẹp lắm.
③ Phở này rất ngon.
④ Hùng chạy nhanh quá!
⑤ Mi-na nói tiếng Việt giỏi khá.

④ 〈보기〉의 말을 모두 사용하여 대화를 완성하세요.

> Trang: Vì sao anh thuê nhà ở đây?
>
> Se-ho: Vì anh ____ ____ ____ ____ ____
>
> Hàn Quốc tại Hà Nội nên thuê nhà ở đây.

| 보기 | ở | làm | đang | việc | công ti |

문화

◦ 베트남 도로명

베트남의 도로명은 보통 베트남의 임금이나 정치인, 장군, 독립운동가 등 위대한 인물의 이름으로 지어졌어요. 유명한 인물일수록 그 이름이 큰 도로명으로 사용되지요. 이 외에, 역사적 사건이나 외국인의 이름도 일부 도로명에 사용되고 있어요. 거리마다 이름이 있고 거리의 양쪽으로 홀수와 짝수 건물번호가 매겨져 있어서 도로명과 건물번호를 알면 그 위치를 찾을 수 있어요. 그렇기 때문에 베트남을 처음 방문하는 외국인도 지도를 가지고 목적지를 쉽게 찾을 수 있는 것이지요.

예를 들면, đường Hai Bà Trưng은 수도 하노이의 대표적인 거리로, 베트남 독립운동 지도자인 Hai Bà Trưng의 이름으로 지어진 거예요. Hai는 숫자 둘, Bà는 부인(할머니)을, 그리고 Trưng은 가문의 성, 즉 Trưng씨 가문의 두 자매를 의미합니다. 베트남은 B.C.179~A.D.938년 동안 중국의 식민 지배를 받았는데, A.D.40~43년, Hai Bà Trưng이 봉기하여 65개성을 점령했어요. 결국 중국에 의해 진압되었지만, 이는 중국 지배에 대한 베트남 최초의 항쟁으로 독립운동사의 기원을 이룬답니다.

Bài 6
Bây giờ là mấy giờ?

 학습내용

1 가능성 묻고 답하기 표현

2 시간 묻고 답하기 표현

3 1인칭 복수 표현

4 날짜 표현

5 요일 표현

6 cả + 집합명사 표현

학습목표

1. 가능성을 묻고 답할 수 있다.

2. 시간을 묻고 답할 수 있다.

3. 날짜를 묻고 답할 수 있다.

Thuý   Hôm nay chị đi xem phim với em, được không?

Mi-na   Được chứ! Mấy giờ chúng ta đi?

Thuý   Bây giờ là mấy giờ?

Mi-na   Bây giờ là bốn giờ.

Thuý   Một tiếng sau đi nhé.

Mi-na   Ừ.

투이   오늘 언니 저와 영화 보러 갈 수 있어요?
미나   그럼! 우리 몇 시에 갈까?
투이   지금 몇 시예요?
미나   지금 네 시야.
투이   한 시간 후에 가요.
미나   그래.

① 가능성을 묻고 답하는 표현

> Ⓐ Hôm nay chị đi xem phim với em, được không?
>
> 오늘 누나/언니 저와 영화 보러 갈 수 있어요?
>
> Ⓑ Được chứ! 그럼!(가능하지!)

● 가능 여부를 물을 때, '주어 + 서술어, được không?'(주어가 서술어 하는 것이 가능해요?/괜찮아요?)의 형식을 사용하고, 긍정의 대답은 Được(가능해요/돼요), 부정의 대답은 Không được(가능하지 않아요/안 돼요)을 쓸 수 있어요.

예

Ⓐ Em ăn cơm với anh, được không? 너 나와 같이 밥 먹을 수 있니?

Ⓑ Được chứ. 가능하지요.

Ⓑ Không được. 안 돼요.

Ⓐ Em về nhà, được không ạ? 제가 집에 가도 될까요?

Ⓑ Ừ, được. 그래, 가능해.

Ⓑ Không được. 안 돼.

단어   xem 보다 | phim 영화 | được 가능하다 | chứ (당연히) ~지

❷ 시간을 묻고 답하는 표현

> Ⓐ **Bây giờ là mấy giờ?** 지금 몇 시예요?
>
> Ⓑ **Bây giờ là bốn giờ.** 지금 4시예요.

◉ 시간을 물을 때, mấy(몇/얼마)와 giờ(시)를 결합하여 mấy giờ(몇 시)를 사용해요. 시간 은 보통 '숫자 + giờ + 숫자 + phút + sáng(오전)/trưa(낮/점심)/chiều(오후)/tối(저녁)/ đêm(밤)'으로 표현한답니다.

예	Ⓐ Mấy giờ em đi học? 너 몇 시에 공부하러 가니?/학교에 가니?
	Ⓑ Bảy giờ ba mươi phút sáng. 오전 7시 30분이요.

◉ 시간 표현을 아래와 같이 정리해 봤어요.

tám giờ mười phút sáng	오전 8시 10분
mười hai giờ trưa	낮 12시
ba giờ rưỡi chiều	오후 3시 반
năm giờ kém mười phút	5시 10분 전, 4시 50분
bảy giờ ba mươi phút tối	저녁 7시 30분
mười một giờ đêm	밤 11시

◉ rưỡi는 '절반'의 의미로, '단위 + rưỡi'(단위와 그 절반)의 형태로 쓰여 단위에 반을 더한다 는 의미를 나타내요. 뜻은 같지만 쓰임이 다른 nửa는 'nửa + 단위'(반 단위) 형태로 쓰여 단위의 절반을 의미한답니다.

예	Em muốn mua 1 cân rưỡi cam. (1킬로그램과 0.5킬로그램 = 1.5킬로그램)
	저는 오렌지를 1.5킬로그램 사고 싶어요.
	Em muốn mua nửa cân cam. (0.5킬로그램)
	저는 오렌지를 0.5킬로그램 사고 싶어요.

단어 **bây giờ** 지금 | **rưỡi** 절반 | **phút** 분 | **kém** 부족하다, 전(시간) | **cân** 킬로그램 | **cam** 오렌지 | **nửa** 절반

1인칭 복수 표현

> 🅐 **Mấy giờ chúng ta đi?** 우리 몇 시에 갈까?
>
> 🅑 **Một tiếng sau đi nhé.** 한 시간 후에 가요.

⊙ 베트남어는 1인칭 복수 '우리'를 의미하는 두 단어가 있어요. 듣는 사람을 포함하는 chúng ta와 듣는 사람을 제외하는 chúng tôi랍니다.

예	
	🅐 Bây giờ chúng ta đi ăn cơm nhé. 지금 우리 식사하러 가자.
	🅑 Ừ. Chúng ta đi ăn cơm. 그래. 우리 밥 먹으러 가자.
	🅐 Các anh đang làm gì? 형/오빠들 뭐 하고 있어요?
	🅑 Chúng tôi đang xem ti vi. 우리 TV 보고 있어.

단어   tiếng 시간 | sau 뒤, 후 | nhé ~해, ~야(친밀하게 권하거나 통보할 때) | các ~들(복수)

 문형연습 ❶

 06-03

1

Ⓐ <u>Chị đi xem phim với em</u>, được không?
누나/언니는 저와 영화 보러 갈 수 있어요?

Ⓑ Được chứ! 그럼!

(1) Em ăn phở này

(2) Chúng ta đi chơi

(3) Em nói tiếng Việt

(4) Anh giúp em một chút

단어 phở 퍼(쌀국수의 한 종류) | này 이(지시형용사)

2

Ⓐ Bây giờ là mấy giờ? 지금 몇 시예요?

Ⓑ Bây giờ là <u>bốn giờ</u>. 지금 네 시야.

(1) tám giờ rưỡi tối

(2) sáu giờ mười phút sáng

(3) bốn giờ ba mươi phút chiều

(4) mười hai giờ kém mười lăm phút

1 잘 듣고 소리 내어 따라하세요.

Thuý: Hôm nay chị đi xem phim với em, được không?

Mi-na: Được chứ! Mấy giờ chúng ta đi?

Thuý: Bây giờ là mấy giờ?

Mi-na: Bây giờ là bốn giờ.

Thuý: Một tiếng sau đi nhé.

Mi-na: Ừ.

2 미나가 되어 투이와 대화해 봅시다.

Thuý: Hôm nay chị đi xem phim với em, được không?

Mi-na: _____! _____?

Thuý: Bây giờ là mấy giờ?

Mi-na: _____.

Thuý: Một tiếng sau đi nhé.

Mi-na: _____.

01 02 03 04 05

06 07 08 09 10 11 12

Hôm nay là ngày 13 tháng 5.

Một tuần sau là sinh nhật của mẹ tôi.

Còn thứ sáu tuần sau đó là sinh nhật của bố tôi.

Cuối tuần này, tôi định đi mua quà với chị gái tôi.

Cả gia đình tôi sẽ đi du lịch nước ngoài trong tháng 5.

단어 cuối 끝부분 | định ~하려고 하다/작정하다 | quà 선물

오늘은 5월 13일입니다.
일주일 후가 우리 어머니의 생일입니다.
그리고 그다음 주 금요일이 우리 아버지의 생일입니다.
이번 주말에 나는 누나/언니와 함께 선물을 사러 가려고 합니다.
우리 온 가족은 5월 중에 외국 여행을 갈 것입니다.

1 **날짜 표현**

> # Hôm nay là ngày 13 tháng 5. 오늘은 5월 13일입니다.

○ 날짜는 ngày(일), tháng(월), năm(년)의 순서로, 'ngày + 숫자', 'tháng + 숫자', 'năm + 숫자'를 사용해요. 물어볼 때는 ngày bao nhiêu(며칠), tháng mấy(몇 월), năm bao nhiêu(몇 년) 또는 năm nào(어느 해)로 표현한답니다.

> 예
> Ⓐ Hôm nay là ngày bao nhiêu? 오늘이 며칠이야?
> Ⓑ Hôm nay là ngày 15. 오늘은 15일이야.
>
> Ⓐ Tháng này là tháng mấy? 이번 달이 몇 월이야?
> Ⓑ Tháng này là tháng 7. 이번 달은 7월이야.
>
> Ⓐ Em đã đi du lịch Việt Nam vào năm bao nhiêu? 너는 몇 년도에 베트남 여행 갔니?
> Ⓑ Vào năm 2018 ạ. 2018년에요.

> 단어   vào 들어가다, ~에(시간)

○ 'ngày + 숫자'가 날짜를 의미하는 것은, 숫자가 뒤에 올 때 자연스럽게 서수의 의미를 가지기 때문이에요. 예를 들어, 20일은 한 달 31일 중에서 20번째의 날이기 때문에 ngày 20(20번째의 날)로 표현하는 거예요. 만약 어순이 '숫자 + ngày'로 바뀌면 '며칠 동안'이라는 기간을 의미하게 돼요. 20 ngày는 20일 동안의 기간을 나타내는 것이지요. 이것은 연월일 모두 마찬가지랍니다.

> 예
> Ⓐ Hôm nay là ngày bao nhiêu? 오늘이 며칠이야?
> Ⓑ Hôm nay là ngày 20. 오늘은 20일이야.
>
> Ⓐ Em đã đi du lịch Việt Nam bao nhiêu ngày?
> 너는 며칠 동안 베트남에 여행 갔니?
> Ⓑ Em đã đi du lịch Việt Nam 20 ngày.
> 저는 20일 동안 베트남에 여행 갔어요.

2 **요일 표현**

> # Thứ sáu tuần sau đó là sinh nhật của bố tôi.
>
> 그다음 주 금요일이 우리 아버지의 생일입니다.

◉ 요일은 순서를 나타낼 때 쓰는 thứ(~번째)에 mấy(몇)를 붙여 thứ mấy(몇 번째/무슨 요일)로 묻고, 일요일은 chủ nhật(주일)을, 월요일부터 토요일까지는 두 번째에서 일곱 번째를 뜻하는 표현을 사용해요.

일요일	월요일	화요일	수요일	목요일	금요일	토요일
chủ nhật	thứ 2(hai)	thứ 3(ba)	thứ 4(tư)	thứ 5(năm)	thứ 6(sáu)	thứ 7(bảy)

예
- **A** Ngày 15 là thứ mấy? 15일이 무슨 요일이야?
- **B** Ngày 15 là thứ 6. 15일은 금요일이야.

단어   sinh nhật 생일

3 온/전체 명사 표현 : Cả + 집합명사

> ## Cả gia đình tôi sẽ đi du lịch nước ngoài trong tháng 5.
> 우리 온 가족은 5월 중에 외국 여행을 갈 것입니다.

◉ 'cả+집합명사'는 '온 명사/명사 전체'를 의미한답니다.

예	Cả gia đình em thích ăn phở. 저의 온 가족이 쌀국수 먹는 것을 좋아해요.
	Ngày mai, cả trường chị đi chơi. 내일 누나/언니 학교 전체가 놀러가.
	Hùng đọc sách cả ngày. 훙은 종일 책을 읽는다.

단어 cả 모든/전체 | nước ngoài 외국 | trong 동안/내부

🎧 06–07

1

Ⓐ <u>Hôm nay</u> là <u>ngày bao nhiêu?</u> 오늘이 며칠이야?
　　(a)

Ⓑ <u>Hôm nay</u> là <u>ngày 13</u>. 오늘은 13일이야.
　　(a)　　　　　　(b)

	(a)	(b)
(1)	Hôm kia	ngày 11
(2)	Hôm qua	ngày 12
(3)	Ngày mai	ngày 14
(4)	Ngày kia	ngày 15

단어 **hôm kia** 그저께 | **hôm qua** 어제 | **ngày mai** 내일 | **ngày kia** 모레

2

Ⓐ <u>Hôm nay</u> là <u>thứ mấy?</u> 오늘이 무슨 요일이야?
　　(a)

Ⓑ <u>Hôm nay</u> là <u>thứ bảy</u>. 오늘은 토요일이야.
　　(a)　　　　　(b)

	(a)	(b)
(1)	Hôm kia	thứ năm
(2)	Hôm qua	thứ sáu
(3)	Ngày mai	chủ nhật
(4)	Ngày kia	thứ hai

104

 06–08

1 잘 듣고 소리 내어 따라하세요.

Hôm nay là ngày 13 tháng 5.

Một tuần sau là sinh nhật của mẹ tôi.

Còn thứ sáu tuần sau đó là sinh nhật của bố tôi.

Cuối tuần này, tôi định đi mua quà với chị gái tôi.

Cả gia đình tôi sẽ đi du lịch nước ngoài trong tháng 5.

2 읽고 한국어로 표현된 부분을 베트남어로 번역해 보세요.

Hôm nay là 5월 13일.

일주일 후 là sinh nhật của mẹ tôi.

Còn 금요일 tuần sau đó là sinh nhật của bố tôi.

Cuối tuần này, tôi 선물을 사러 가려고 하다 với chị gái tôi.

우리 온 가족은 sẽ đi du lịch nước ngoài trong tháng 5.

❶ 년, 월 표현

Năm 2018	Năm 2019	Năm 2020	Năm 2021	Năm 2022
năm kia = hai năm trước	năm trước/ năm ngoái	năm nay	năm sau	năm sau nữa = hai năm sau
재작년	작년	올해	내년	내후년
Tháng 8 tháng trước nữa = hai tháng trước	**Tháng 9** tháng trước	**Tháng 10** tháng này	**Tháng 11** tháng sau	**Tháng 12** tháng sau nữa = hai tháng sau
지지난달	지난달	이번 달	다음 달	다다음 달

❷ 달력 보기

Tháng 12							
Chủ nhật	Thứ 2	Thứ 3	Thứ 4	Thứ 5	Thứ 6	Thứ 7	
		1	2	3	4	5	tuần trước nữa = hai tuần trước 지지난 주
6	7	8	9	10	11	12	tuần trước 지난주
13	14 hôm kia 그저께	15 hôm qua 어제	16 hôm nay 오늘	17 ngày mai 내일	18 ngày kia 모레	19	tuần này 이번 주
20	21	22	23	24	25	26	tuần sau 다음 주
27	28	29	30	31			tuần sau nữa = hai tuần sau 다다음 주

● 빈칸에 들어갈 말로 알맞은 것을 <보기>에서 골라 넣으세요.

보기   a. chúng ta   b. chúng tôi

           c. ngày 18   d. 18 ngày

①

A: Bây giờ anh định đi ăn phở.

B: Em cũng muốn ăn phở. _____ cùng đi nhé.

②

A: Mấy giờ các chị bắt đầu học tiếng Việt?

B: _____ sẽ bắt đầu học từ 5 giờ.

③

A: Em đã đọc sách này trong mấy ngày?

B: Em đọc trong _____.

④

A: Em đọc sách này đến ngày bao nhiêu?

B: Em sẽ đọc đến _____.

단어   cùng 함께 | bắt đầu 시작하다

○ 베트남의 주요 명절과 기념일

베트남에는 1년에 법정 공휴일이 6번 있어요. 한국보다 적지요?^^ 베트남에는 쉬는 날은 많지 않지만 기념일은 많아요. 대표적인 명절 및 기념일들을 한번 살펴볼까요?

* 공휴일

1. Tết Dương lịch - 양력 1월 1일(양력설) : 하루 쉬어요.

2. Tết Nguyên đán

   음력 1월 1일(음력설)

   Tết이라고 부르는 음력설은 베트남 최대 명절이에요. 그래서 대부분 공식적인 연휴보다 길게 쉬고 많게는 보름 넘게도 쉬어요.

3. Ngày Giỗ tổ Hùng Vương

   음력 3월 10일(훙왕의 기일)

   베트남 민족의 시조인 Hùng왕의 제삿날로, 한국의 개천절과 비슷한 날이에요.

4. Ngày Giải phóng miền Nam, Thống nhất đất nước - 양력 4월 30일

   : 베트남 통일의 날(베트남 남부 해방일)

5. Ngày Quốc tế Lao động - 양력 5월 1일 : 국제 노동절

6. Ngày Quốc khánh Việt Nam

   양력 9월 2일(베트남 독립 선언일)

   베트남 초대 국가주석인 호찌민 주석이 하노이 바딘 광장에서 베트남의 독립을 선언한 날이에요.

○ 기타 기념일

날짜	이름	의미
1.9	Ngày Sinh viên-học sinh Việt Nam	베트남 학생의 날
3.8	Ngày Quốc tế Phụ nữ	국제 여성의 날
4.15(음력)	Lễ Phật đản	석가탄신일
5.19	Ngày sinh của Chủ tịch Hồ Chí Minh	호찌민 주석 탄생일
7.27	Ngày Thương binh liệt sĩ	상이용사의 날
8.15(음력)	Tết Trung thu(중추절)	
8.19	Ngày Cách mạng tháng Tám thành công	8월 혁명 기념일
10.20	Ngày Phụ nữ Việt Nam	베트남 여성의 날
11.20	Ngày Nhà giáo Việt Nam(베트남 스승의 날)	
12.23(음력)	Tết Ông Táo	조군절(부엌신에게 제사 지내는 날)
12.25	Lễ Giáng sinh	크리스마스

Bài 7
Quả này là quả cam.

🚴 **학습내용**

① 분류사 표현

② 가격 묻고 답하기 표현

③ 이유 묻는 표현

④ 지시형용사 표현

⑤ 흥정 표현

⑥ 명령 표현

학습목표

1. 분류사를 활용할 수 있다.

2. 가격을 묻고 답할 수 있다.

3. 흥정 표현을 말할 수 있다.

07-01

Mi-na	Anh ơi, quả này là quả gì?
Người bán hoa quả	Quả này là quả cam.
Mi-na	Một cân cam bao nhiêu tiền?
Người bán hoa quả	60 nghìn đồng.
Mi-na	Sao đắt thế?
Người bán hoa quả	Không đắt. Cam này ngọt lắm.

단어   quả (과일류 및 동그란 사물에 쓰는) 분류사 | bán 팔다 | hoa quả 과일 | cam 오렌지 | cân 킬로그램/kg | tiền 돈 | đồng 동(베트남 화폐 단위) | sao 왜 | đắt 비싸다 | ngọt 달다

미나	이것은 무슨 과일이에요?
과일 파는 사람	이것은 오렌지예요.
미나	오렌지 1kg에 얼마예요?
과일 파는 사람	6만동이에요.
미나	왜 그렇게 비싸요?
과일 파는 사람	비싸지 않아요. 이 오렌지는 아주 달아요.

 07-02

1 **분류사 표현**

> **Ⓐ** **Quả này là quả gì?** 이것은 무슨 과일이에요?
>
> **Ⓑ** **Quả này là quả cam.** 이것은 오렌지예요.

● quả는 분류사의 한 종류로, 분류사는 명사 앞에 위치하여 그 명사의 종류를 나타내는 말이에요. 자주 사용하는 분류사의 종류를 소개하면 다음과 같아요.

명사 종류		분류사	예시
동물		con	con chó 개, con mèo 고양이
사물	일반 사물	cái	cái mũ 모자, cái bàn 탁자
	종이류	tờ	tờ báo 신문, tờ giấy 종이
	책 종류	quyển	quyển sách 책, quyển từ điển 사전
	과일, 동그란 물건	quả	quả cam 오렌지, quả bóng 공
	기계류, (한 쌍에서의) 짝	chiếc	chiếc xe đạp 자전거, chiếc giày 신발 한 짝

● 앞에 나온 명사를 반복하지 않고, '분류사 + 지시형용사(này/kia/ấy/đó)로 쓰면 '이것/저것/그것/그것'의 의미를 가져요.

> 예   **Ⓐ** Cái mũ này thế nào? 이 모자 어때요?
>
>   **Ⓑ** Cái này rất đẹp. 이것은 매우 예뻐요.

● 분류사는 수량을 나타내는 말과 결합하여 쓰일 때 단위 명사의 역할을 해요.
이 경우, '수량을 나타내는 말 + 분류사 + 해당 명사'의 순서로 쓰면 돼요.

> 예   Tôi muốn mua 3 quả bóng. 나는 공 3개를 사고 싶다.
>
>   Tôi có 3 quyển sách tiếng Việt. 나는 베트남어 책 3권을 가지고 있다.

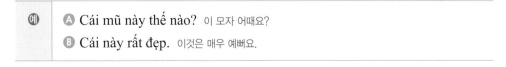

단어   mũ 모자 | đẹp 아름답다 | muốn 원하다/~하고 싶다

2 **가격 묻고 답하기 표현**

> ⒜ Một cân cam bao nhiêu tiền? 오렌지 1kg에 얼마예요?
>
> ⒝ 60 nghìn đồng. 6만동이에요.

○ 가격을 물을 때는 bao nhiêu(몇, 얼마), tiền(돈), giá(가격)를 활용하여 bao nhiêu (tiền?) (얼마예요?) 또는 giá bao nhiêu?(가격이 얼마예요?)로 말해요. 가격을 말할 때는 해당 가격에 베트남 화폐 단위인 đồng을 붙여 말하는데, 단위는 생략 가능해요.

예	⒜ Anh ơi, cái áo này bao nhiêu (tiền)? 형/오빠, 이 옷 얼마예요?
	⒝ 500 nghìn (đồng). 50만 동이야.

단어   áo 옷 | nghìn 천(1,000)

3 **이유를 묻는 표현**

> Sao đắt thế? 왜 그렇게 비싸요?

○ sao는 이유를 물을 때 사용하는 말로, '왜'라는 뜻이에요. vì sao, tại sao로도 물어볼 수 있어요. 'sao + 형용사 + thế'는 '왜 그렇게 ~해요?'의 의미를 가져요.

예	Sao chị không ăn cơm? 누나/언니는 왜 밥을 안 먹어요?
	= Vì sao chị không ăn cơm? 누나/언니는 왜 밥을 안 먹어요?
	= Tại sao chị không ăn cơm? 누나/언니는 왜 밥을 안 먹어요?
	Sao lâu thế? 왜 그렇게 오래 걸려?

단어   lâu 오래

🎧 07-03

1

Quả này là quả cam.
(a)   (b)

이것은 오렌지예요.

	(a)	(b)
(1)	Cái này	cái bút
(2)	Con kia	con voi
(3)	Quả đó	quả xoài

단어   bút 펜 | voi 코끼리 | xoài 망고

2

Ⓐ Một cân cam bao nhiêu tiền? 오렌지 1kg에 얼마예요?
      (a)

Ⓑ 60 nghìn đồng. 6만동이에요.
   (b)

	(a)	(b)
(1)	Cái áo này	100 nghìn
(2)	Một con cá	20 nghìn
(3)	Chiếc xe đạp kia	1 triệu

단어   áo 옷 | cá 생선 | xe đạp 자전거

 07-04

1 잘 듣고 소리 내어 따라하세요.

Mi-na: Anh ơi, quả này là quả gì?

Người bán hoa quả: Quả này là quả cam.

Mi-na: Một cân cam bao nhiêu tiền?

Người bán hoa quả: 60 nghìn đồng.

Mi-na: Sao đắt thế?

Người bán hoa quả: Không đắt. Cam này ngọt lắm.

2 미나가 되어 과일 파는 사람과 대화해 봅시다.

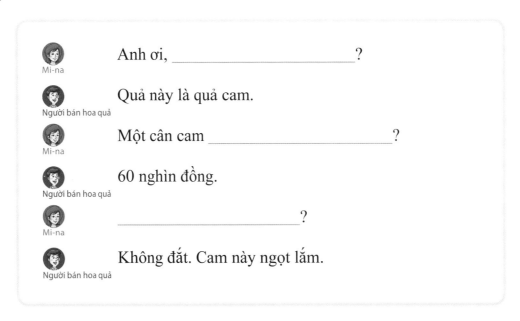

Mi-na: Anh ơi, _____?

Người bán hoa quả: Quả này là quả cam.

Mi-na: Một cân cam _____?

Người bán hoa quả: 60 nghìn đồng.

Mi-na: _____?

Người bán hoa quả: Không đắt. Cam này ngọt lắm.

🎧 07–05

Se-ho
Chị ơi, cái mũ màu xanh này giá bao nhiêu?

Chủ cửa hàng bán mũ
300 nghìn đồng.

Se-ho
Cái mũ màu đen này thì bao nhiêu tiền?

Chủ cửa hàng bán mũ
Cái đó cũng 300 nghìn đồng.

Se-ho
Tôi sẽ mua 2 cái mũ này. Chị giảm giá một chút đi.

Chủ cửa hàng bán mũ
Vâng. Tôi bớt 50 nghìn đồng cho anh nhé.

단어 chủ 주인 | cửa hàng 가게 |
bán 팔다 | mũ 모자 | màu 색깔 |
xanh 푸르다 | đen 검다 |
giảm giá 할인하다 | một chút 조금 |
mua 사다 | bớt 깎다

세호   여기요, 이 파란색 모자 얼마예요?
모자 가게 주인   30만 동입니다.
세호   이 검은색 모자는 얼마예요?
모자 가게 주인   그것도 30만 동입니다.
세호   나는 이 2개의 모자를 살 거예요. 조금
         할인해 주세요.
모자 가게 주인   네. 5만 동 깎아 드릴게요.

07-06

1 지시형용사 표현

○ 사람, 사물 또는 장소 등을 가리킬 때 쓰는 말로, 명사(구)와 결합하여 쓰일 때 này는 '이', kia는 '저', ấy/đó는 '그'의 의미를 가져요.

예	Anh này là ai? 이 형은/오빠는 누구예요?
	Cái bàn kia hơi cũ. 저 탁자는 약간 낡았다.
	Anh ấy rất thông minh. 그 형은/오빠는 아주 똑똑해.
	Tôi không biết khách sạn đó. 나는 그 호텔을 몰라요.

○ 지시형용사가 분류사, 명사 등과 함께 쓰일 때 어순은 다음과 같아요.

분류사	명사	색깔	지시형용사	서술어
Cái	mũ	màu xanh	này	đẹp
사물 분류사	모자	파란색	이	예쁘다

이 파란색 모자는 예뻐요.

예	Cái bút màu đỏ kia tốt. 저 빨간색 펜은 좋아요.
	Chiếc xe máy màu đen đó rất đắt. 그 검은색 오토바이는 매우 비싸요.

| 단어 | ai 누구 | hơi 조금/약간 | thông minh 똑똑하다 | khách sạn 호텔 | đỏ 빨갛다 | tốt 좋다 | xe máy 오토바이 | đắt 비싸다 |

2 흥정 및 명령 표현

> ## Chị giảm giá một chút đi. 조금 할인해 주세요!

- 가격을 흥정할 때는 giảm(줄이다, 감소하다), giá(가격), bớt(덜다, 깎다) 등을 사용해서 표현해요.

> 예
> Chị giảm giá một chút được không? 조금 할인해 줄 수 있어요?
> Nếu em lấy 2 cân thì anh bớt 20 nghìn cho em. 2kg 가져가면 2만 동 깎아 줄게.

- đi는 동사로 '가다'의 의미가 있지만, 문장의 끝에 위치해서 대상에게 어떤 일을 하도록 요구하는 명령문을 만들기도 해요.

> 예
> Chúng ta đi đi. 우리 가자.
> Cháu uống nước đi. 물을 마시렴.

> 단어 đi 가다 | uống 마시다 | nước 물

3 '동사 + cho' 표현

> ## Tôi bớt 50 nghìn đồng cho anh nhé. 5만 동 깎아 드릴게요.

- '동사 + cho'는 '~해 주다/ ~해 드리다'의 의미를 나타내요.

> 예
> Anh thông cảm cho. 이해해 주세요.
> Để tôi khám cho. 내가 진찰해 줄게.

> 단어 thông cảm 양해하다/이해하다 | để ~하게 두다 | khám 진찰하다

🎧 07–07

1

<u>Chị giảm giá một chút</u> đi.

할인해 주세요.

(1) Em đi ngủ

(2) Con dậy

(3) Cháu đi xe máy

단어 ngủ 자다 | dậy 일어나다 | xe máy 오토바이

2

Tôi <u>bớt 50 nghìn đồng</u> cho anh nhé.

5만 동 깎아 드릴게요.

(1) sửa xe đạp

(2) nấu phở ngon

(3) dọn phòng

(4) tìm tài liệu này

단어 sửa 고치다 | nấu 요리하다 | dọn 청소하다 | phòng 방 | tìm 찾다 | tài liệu 자료

회화연습 **2**

1 잘 듣고 소리 내어 따라하세요.

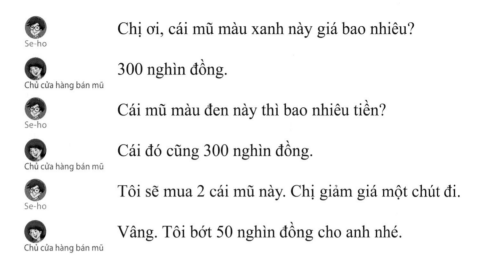

Se-ho
Chị ơi, cái mũ màu xanh này giá bao nhiêu?

Chủ cửa hàng bán mũ
300 nghìn đồng.

Se-ho
Cái mũ màu đen này thì bao nhiêu tiền?

Chủ cửa hàng bán mũ
Cái đó cũng 300 nghìn đồng.

Se-ho
Tôi sẽ mua 2 cái mũ này. Chị giảm giá một chút đi.

Chủ cửa hàng bán mũ
Vâng. Tôi bớt 50 nghìn đồng cho anh nhé.

2 세호가 되어 모자 가게 주인과 대화해 봅시다.

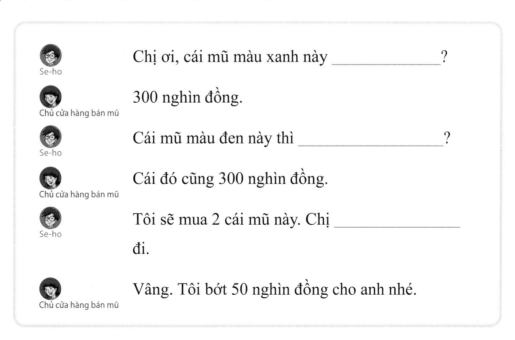

Se-ho
Chị ơi, cái mũ màu xanh này _____?

Chủ cửa hàng bán mũ
300 nghìn đồng.

Se-ho
Cái mũ màu đen này thì _____?

Chủ cửa hàng bán mũ
Cái đó cũng 300 nghìn đồng.

Se-ho
Tôi sẽ mua 2 cái mũ này. Chị _____
đi.

Chủ cửa hàng bán mũ
Vâng. Tôi bớt 50 nghìn đồng cho anh nhé.

1 〈보기〉의 말을 모두 사용하여 대화를 완성하세요.

> A: Anh ơi, _____ _____ _____ _____ _____ bao
>
>   nhiêu tiền?
>
> B: Cái đó 300 nghìn đồng.

A Anh ơi, _____ _____ _____ _____ _____ bao nhiêu tiền?

B Cái đó 300 nghìn đồng.

보기 mũ   cái   màu   này   xanh

2 빈칸 (a), (b)에 들어갈 말로 알맞은 것은?

	(a)	(b)
①	tờ	quả
②	cái	con
③	chiếc	quyển

(a) ghế   (b) bò

3 빈칸에 공통으로 들어갈 말로 알맞은 것은?

> • Em có một _____ xe đạp.
>
> • _____ giày này là của ai?

① tờ   ② con   ③ chiếc

❶ 빈칸에 들어갈 말로 알맞은 것은?

Một cân cam
_____?

60 nghìn đồng.

① mấy giờ   ② bao nhiêu tiền   ③ bao nhiêu tuổi

❷ 빈칸에 공통으로 들어갈 말로 알맞은 것은?

• Em uống nước _____.
• Bây giờ tôi _____ gặp cô Lan.

① ạ   ② đi   ③ muốn

❸ 다음 낱말들을 어순에 맞게 배열하여 문장을 완성하세요.

1) ấy / con / chó / thế nào   _____?

2) cái / ghế / mới / này / rất   _____.

3) đó / đắt / sách / không / quyển   _____.

○ 베트남 화폐

베트남 화폐 단위는 동(đồng)으로, 금액과 함께 쓸 때는 1,000đ처럼 đ로 쓰기도 해요.
1달러는 약 23,100동이에요(2019년 9월 기준).

한국과 마찬가지로 베트남 화폐도 지폐와 동전이 있어요.

지폐는 모두 12종류, 동전은 모두 5종류가 있는데, 동전은 잘 사용하지 않아요.

현재 유통되는 모든 지폐의 앞면은 베트남 초대 국가주석인 호찌민(Hồ Chí Minh)주석의
모습이 담겨 있어요.

지폐의 뒷면에는 베트남의 아름다운 풍경, 유적지, 베트남인의 생활 등 베트남의 문화와
관련된 여러 모습이 담겨 있어요.

○ 베트남의 대표적인 전통 시장 Chợ Đồng Xuân & Chợ Bến Thành

　　동쑤언 시장(Chợ Đồng Xuân)은 베트남의 북부인 수도 하노이에 위치한 전통 시장으로, 역사가 오래되어서 아주 매력적인 관광지이기도 해요. 동쑤언 시장에서는 고기, 채소, 과일, 옷, 가정용품 등과 같은 여러 가지 물건을 팔아요. 대형 마트나 백화점과 달리 이 시장에서는 흥정을 통해 물건을 더 싸게 살 수도 있답니다.

　　벤타인 시장(Chợ Bến Thành)은 베트남 남부의 경제 중심지인 호찌민시에서 아주 유명한 관광지 중 하나인데요. 이곳에서는 커피, 채소 등을 비롯해 생필품 및 각종 기념품들까지 다양한 품목을 판매해요. 벤타인 시장 역시 역사가 오래되었기 때문에 수많은 여행객들이 찾아오는 곳이랍니다.

Bài 8
Cho tôi xem thực đơn.

 학습내용

1 과거 완료 시제 표현

2 초대 표현

3 cho의 다양한 의미 표현

4 '먹다, 마시다'의 높임 표현

5 선택 의문문 표현

학습목표

1. 완료 시제를 활용할 수 있다.

2. 음식을 주문하고 계산할 수 있다.

3. 선택 표현을 묻고 답할 수 있다.

회화 ①

🎧 08–01

Trang	Chị đã ăn cơm chưa?
Mi-na	Chưa. Chị đói bụng quá!
Trang	Em cũng thế. Em biết một quán phở ngon. Hôm nay em mời chị đi ăn phở nhé.
Mi-na	Ừ, thích quá! Cảm ơn em. Chúng ta đi đi.

단어   **ăn** 먹다 | **cơm** 밥 | **đói** (배)고프다 | **bụng** 배 | **biết** 알다 | **quán phở** 퍼 음식점 | **ngon** 맛있다 | **mời** 초대하다 | **thích** 좋아하다

짱	언니 식사하셨어요?
미나	아직. 나 너무 배가 고파!
짱	저도 그래요. 제가 맛있는 퍼 음식점을 하나 알아요. 오늘 제가 언니에게 퍼를 먹으러 가도록 초대할게요.
미나	그래, 너무 좋다! 고마워. 우리 가자.

1 과거 완료 시제 표현

> Ⓐ **Chị đã ăn cơm chưa?** 언니 식사하셨어요?
>
> Ⓑ **Chưa. Chị đói bụng quá!** 아직. 나 너무 배가 고파!

○ 행위의 완료 여부를 물어볼 때는 '주어 + (đã) + 동사 + chưa?'(주어는 ~했어요?)로 표현하는데 đã는 생략할 수 있어요. 긍정의 대답은 'Rồi, 주어 + (đã) + 동사 + rồi'(네. 주어는 ~했어요), 부정의 대답은 'Chưa, 주어 + chưa + 동사'(아니요/아직요. 주어는 아직 ~하지 않았어요)로 말해요.

예	Ⓐ Anh (đã) lập gia đình chưa? 당신은 결혼했어요?
	Ⓑ Rồi. Tôi (đã) lập gia đình rồi. 네. 나는 결혼했어요.
	Chưa. Tôi chưa lập gia đình. 아니요. 나는 아직 결혼하지 않았어요.

단어 **lập gia đình** 가정을 이루다/결혼하다

2 초대 표현

> **Hôm nay em mời chị đi ăn phở nhé.**
> 오늘 제가 언니에게 퍼를 먹으러 가도록 초대할게요.

○ mời는 '초대하다, 권하다'라는 뜻으로, '주어 + mời + 대상 + 동사' (주어가 대상이 ~하도록 초대하다) 또는 'mời + 대상 + 동사' (대상은 ~하세요)로 쓰여요.

예	Em muốn mời chị đến dự tiệc sinh nhật của em.
	저는 언니가 제 생일 잔치에 참석하도록 초대하고 싶어요.
	Mời anh xem thực đơn. 형/오빠 메뉴를 보세요.

단어 **dự** 참석하다 | **tiệc** 잔치 | **sinh nhật** 생일 | **xem** 보다 | **thực đơn** 메뉴

문형연습 1

🎧 08-03

1

Ⓐ Chị đã <u>ăn cơm</u> chưa? 누나/언니는 식사하셨어요?
　　　　(a)

Ⓑ <u>Rồi</u>. Chị đã <u>ăn cơm</u> <u>rồi</u>. 응. 누나/언니는 밥 먹었어.
　(b)　　　　　(c)

	(a)	(b)	(c)
(1)	có gia đình	Chưa	chưa có gia đình
(2)	xem phim này	Rồi	đã xem phim này rồi
(3)	làm bài tập	Chưa	chưa làm bài tập

> 단어　có gia đình 가정이 있다(결혼하다) | xem 보다 | phim 영화 | làm 하다 | bài tập 숙제

2

Hôm nay <u>em</u> mời <u>chị</u> đi ăn phở nhé.
　　　　　(a)　　　　(b)
오늘 제가 언니를 퍼를 먹으러 가도록 초대할게요.

	(a)	(b)
(1)	anh	em đi xem phim
(2)	chị	em đến nhà chị chơi
(3)	tôi	anh đi ăn bún chả

> 단어　nhà 집 | chơi 놀다 | bún chả 분짜(베트남 음식)

130

 08-04

1 잘 듣고 소리 내어 따라하세요.

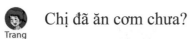

Trang · Chị đã ăn cơm chưa?

Mi-na · Chưa. Chị đói bụng quá!

Trang · Em cũng thế. Em biết một quán phở ngon.

Hôm nay em mời chị đi ăn phở nhé.

Mi-na · Ừ, thích quá! Cảm ơn em. Chúng ta đi đi.

2 미나가 되어 짱과 대화해 봅시다.

Trang · Chị đã ăn cơm chưa?

Mi-na · _____. Chị đói bụng quá!

Trang · Em cũng thế. Em biết một quán phở ngon.

Hôm nay em mời chị đi ăn phở nhé.

Mi-na · Ừ, _____! Cảm ơn em. _____ đi.

08-05

Se-ho	Chị ơi, cho tôi xem thực đơn.
Người phục vụ	Đây ạ. Mời anh xem thực đơn.
Se-ho	Cảm ơn chị.
Người phục vụ	Anh dùng gì ạ?
Se-ho	Cho tôi một bát phở và một đĩa nem rán.
Người phục vụ	Anh dùng phở bò hay phở gà?
Se-ho	Cho tôi phở bò.
Người phục vụ	Anh uống gì ạ?
Se-ho	Cho tôi một cốc trà đá.

단어 thực đơn 메뉴 | dùng 드시다 | bát 그릇 | đĩa 접시 | nem rán 냄잔 | bò 소 | hay 또는/아니면 | gà 닭 | cốc 컵 | trà 차 | đá 얼음, (공을) 차다 | trà đá 짜다 (베트남에서 보통 '아이스 녹차'를 뜻함)

세호 여기요, 메뉴 좀 보여 주세요.
종업원 여기 있습니다. 메뉴 보세요.
세호 감사합니다.
종업원 무엇을 드시겠어요?
세호 퍼 한 그릇과 냄잔 한 접시를 주세요.
종업원 소고기 퍼를 드세요, 아니면 닭고기 퍼를 드세요?
세호 소고기 퍼를 주세요.
종업원 무엇을 마시겠어요?
세호 짜다(아이스 녹차) 한 잔 주세요.

1 **cho의 다양한 의미 표현**

○ cho는 문장 속에서 다양한 품사로, 다양한 의미로 활용돼요. 각각의 용법과 의미를 살펴 보면 다음과 같아요.

> **Ⓐ** **Chị ơi, cho tôi xem thực đơn.** 여기요, 메뉴 좀 보여 주세요.
>
> **Ⓑ** **Đây ạ. Mời anh xem thực đơn.** 여기 있습니다. 메뉴 보세요.

○ cho는 'cho + 사람 + 동사'의 형태로 쓰여 '사람으로 하여금 ~하게 하다'라는 사역문을 만 드는 역할을 해요.

> 예 Cho tôi biết số điện thoại của anh Hùng.
> 나로 하여금 훙 형/오빠의 전화번호를 알게 하세요. = 훙 형/오빠의 전화번호 좀 알려 주세요.
>
> Cho em gửi tiền. 저로 하여금 돈을 드리게 하세요. = 돈 드릴게요.

> **Ⓐ** **Anh dùng gì ạ?** 무엇을 드시겠어요?
>
> **Ⓑ** **Cho tôi một bát phở và một đĩa nem rán.**
> 퍼 한 그릇과 냄잔 한 접시를 주세요.

○ cho는 동사로 '주다'의 의미를 가져요.

> 예 Hôm qua, chị Hoa cho em một quyển từ điển.
> 어제 호아 누나/언니가 저에게 사전 한 권을 줬어요.
>
> Cho tôi một cân táo. 사과 1kg을 주세요.

○ 이 밖에도 cho는 'cho + 대상'의 형태로 쓰여 '~에게', '~을/를 위해'의 의미로도 사용되고, '동사 + cho'의 형태로 쓰여 '~해 주다'의 의미로도 사용돼요.

예	
	Tôi đang viết thư cho bạn. 나는 친구에게 편지를 쓰고 있다.
	Đây là sách cho trẻ em. 이것은 어린이를 위한 책이다.
	Để tôi khám cho. 내가 진찰해 줄게요.

2 "여기 있습니다" 표현

Ⓐ Chị ơi, cho tôi xem thực đơn. 여기요, 메뉴 좀 보여 주세요.

Ⓑ Đây ạ. Mời anh xem thực đơn. 여기 있습니다. 메뉴 보세요.

○ 상대방에게 어떤 물건을 건네며 "여기 있습니다"라고 말하고 싶을 때는, 장소를 나타내는 말 đây(여기)와 정중함을 나타내기 위해 문미에 쓰는 ạ를 사용해서 Đây ạ(여기 있습니다)로 표현하면 돼요.

예	
	Ⓐ Chị ơi, cho tôi xem cái đồng hồ này. 여기요. 이 시계 좀 보여 주세요.
	Ⓑ Đây ạ. 여기 있습니다.

단어   xem 보다 | đồng hồ 시계

3 '드시다' dùng 표현

Ⓐ Anh dùng gì ạ? 무엇을 드시겠어요?

Ⓑ Cho tôi một bát phở và một đĩa nem rán.
퍼 한 그릇과 냄잔 한 접시를 주세요.

● dùng은 본래 '사용하다'라는 뜻의 동사인데, ăn(먹다)과 uống(마시다)의 높임말로도 쓰이며 '드시다'의 의미를 나타내기도 해요.

> 예
>
> Thưa cô, em dùng máy vi tính của cô một chút, được không ạ?
> 선생님, 제가 선생님의 컴퓨터를 잠시 사용해도 될까요?
>
> Chị muốn dùng gì ạ? 누나/언니는 무엇을 드시고 싶으세요?

> 단어   thưa 님(윗사람에게 말을 걸 때 예의 바르게 부르기 위해 호칭 앞에 사용하는 말) |
> máy vi tính 컴퓨터 | của ~의 | cô (여자)선생님 | một chút 잠시

4 선택을 나타내는 hay 표현

> Ⓐ Anh dùng phở bò hay phở gà?
> 소고기 퍼를 드세요, 아니면 닭고기 퍼를 드세요?
>
> Ⓑ Cho tôi phở bò. 소고기 퍼를 주세요.

● hay는 선택을 나타내는 표현으로, '~(이)나, 또는, 혹은, 아니면'의 의미를 가져요. hay는 평서문과 의문문에 모두 사용되는데요. 선택 의문문에서 hay를 쓰면 그 문장이 바로 의문문이 되기 때문에 별도의 의문사나 의문문을 만드는 요소가 필요 없답니다. 선택을 나타내는 비슷한 표현으로 hoặc도 있는데, hoặc은 평서문에서만 사용된다는 차이가 있어요.

> 예
>
> Em uống trà hay cà phê? 너는 차를 마실 거니, 아니면 커피를 마실 거니?
> Tôi không biết nên đi hay ở. 나는 가는 것이 좋을지 아니면 그냥 있는 것이 좋을지 모르겠어요.
> Tôi sẽ viết thư hoặc gọi điện cho Linh. 나는 린에게 편지를 쓰거나 전화를 할 거예요.
> Ngày mai hoặc ngày kia tôi sẽ gặp thầy Sơn.
> 나는 내일이나 모레에 선 선생님을 만날 거예요.

> 단어   uống 마시다 | trà 차 | cà phê 커피 | biết 알다 | nên ~하는 것이 좋다 | đi 가다 |
> ở ~에 있다 | viết 쓰다 | thư 편지 | gọi điện 전화하다 | gặp 만나다 | thầy 선생님

🎧 08–07

1

Anh dùng <u>phở bò</u> hay <u>phở gà</u>?
　　　(a)　　(b)　　　　(c)

소고기 퍼를 드세요, 아니면 닭고기 퍼를 드세요?

	(a)	(b)	(c)
(1)	uống	nước cam	nước táo
(2)	mua	áo màu xanh	áo màu đen
(3)	xem	phim hài	phim hành động

> 단어　nước cam 오렌지 주스 | nước táo 사과 주스 | xanh 푸르다 | đen 검다
> phim hài 코미디 영화 | phim hành động 액션 영화

2

Cho tôi <u>phở bò</u>.

소고기 퍼를 주세요.

(1)　cái quần này

(2)　hai cốc cà phê sữa đá

(3)　ba quyển sách kia

(4)　bốn cân thịt lợn

> 단어　quần 바지 | cà phê sữa đá 아이스밀크 커피 | thịt 고기 | lợn 돼지

136

1 잘 듣고 소리 내어 따라하세요.

Se-ho: Chị ơi, cho tôi xem thực đơn.

Người phục vụ: Đây ạ. Mời anh xem thực đơn.

Se-ho: Cảm ơn chị.

Người phục vụ: Anh dùng gì ạ?

Se-ho: Cho tôi một bát phở và một đĩa nem rán.

Người phục vụ: Anh dùng phở bò hay phở gà?

Se-ho: Cho tôi phở bò.

Người phục vụ: Anh uống gì ạ?

Se-ho: Cho tôi một cốc trà đá.

2 세호가 되어 식당 종업원과 대화해 봅시다.

Se-ho: Chị ơi, _____.

Người phục vụ: Đây ạ. Mời anh xem thực đơn.

Se-ho: Cảm ơn chị.

Người phục vụ: Anh dùng gì ạ?

Se-ho: _____ và một đĩa nem rán.

Người phục vụ: Anh dùng phở bò hay phở gà?

Se-ho: _____.

● 계산과 관련된 표현

Của chị là 200 nghìn đồng.
손님 것은 20만 동입니다.

Tính tiền cho tôi.
계산해 주세요.

Cho tôi gửi tiền.
= Gửi anh tiền.
돈 드릴게요.

● 식기류와 관련된 단위 명사

bát 그릇	một bát cơm 밥 한 그릇	cốc 컵, 잔	hai cốc nước cam 오렌지 주스 두 잔
đĩa 접시	một đĩa tôm nướng 구운 새우 한 접시	chai 병	hai chai nước 물 두 병

● 음식 조리 방법 및 식사 관련 도구를 나타내는 낱말

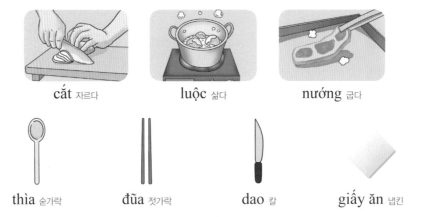

cắt 자르다　　　luộc 삶다　　　nướng 굽다

thìa 숟가락　　đũa 젓가락　　dao 칼　　giấy ăn 냅킨

1 빈칸에 들어갈 말로 알맞은 것은?

Anh ăn phở bò
_____ phở gà?

Cho tôi phở gà.

① đi   ② hay   ③ vừa

2 빈칸 (a), (b)에 들어갈 말로 알맞은 것은?

A Anh chị dùng gì ạ?

B Cho tôi một ___(a)___ phở bò.

C Cho tôi một đĩa nem rán và một
   ___(b)___ trà đá.

	(a)	(b)
①	bát	cốc
②	đĩa	chai
③	cốc	chai

3 빈칸에 공통으로 들어갈 말로 알맞은 것은?

Anh có gia đình
_____?

_____.
Anh _____ có gia đình.

① đã   ② rồi   ③ chưa

1 다음 낱말들을 어순에 맞게 배열하여 문장을 완성하세요.

1) em / bút / cái / cho / này   <u>   </u> .

2) em / cho / xem / thực đơn   <u>   </u> .

3) sẽ / cho / tôi / gọi điện   <u>   </u> Hà.

2 〈보기〉의 낱말을 활용하여 대화를 완성하세요.

보기   gửi   tính   300.000

Anh ơi, _____.

Dạ vâng.
Chị đợi một chút ạ.

_____.

_____.

Cảm ơn chị.

○ 쌀로 만든 베트남 음식

 베트남은 세계 최대 쌀 수출국들 중 하나예요. 한국과 마찬가지로 베트남 사람들 역시 쌀을 주식으로 하고 있고요. 베트남에는 phở 이외에도 여러 종류의 쌀국수와 쌀로 만든 떡 등 다양한 쌀 음식이 있습니다. 한번 살펴볼까요?

◀ 쌀밥과 국, 채소, 소스, 고기나 생선으로 만든 조림 반찬 등이 있는 기본 상차림

쌀국수 phở

쌀로 만든 면 bún

쌀국수 hủ tiếu

bún chả

bún bò Huế

월남쌈의 주재료 중 하나인 라이스페이퍼 bánh đa nem

베트남 사람들의 대표적인 설날 음식 bánh chưng, bánh dày

nem rán

bánh tráng nướng

bánh chưng

bánh dày

Bài 9
Khi đi làm, chị thường đi bằng gì?

학습내용

1 때를 나타내는 표현

2 교통수단 이용 표현

3 약한 부정 표현

4 경험 표현

5 동사 + 동사 (+ 동사) 표현

6 부정 명령 표현

7 '바로, 즉시'를 나타내는 표현

학습목표

1. 때를 나타내는 표현을 이해할 수 있다.

2. 이용하는 교통수단을 묻고 답할 수 있다.

3. 경험 표현을 활용하여 대화할 수 있다.

🎧 09-01

Se-ho Khi đi làm, chị thường đi bằng gì?

Hoa Chị thường đi bằng xe máy.

Se-ho Chị đi xe máy không sợ à?

Hoa Không sợ lắm. Ở Việt Nam xe máy là phương tiện đi lại phổ biến nhất.

단어 khi 때 | bằng ~으로(수단) | xe máy 오토바이 | sợ 무섭다 | à ~요(의문), 아(감탄) | phương tiện 방편, 수단 | đi lại 오고 가다 | phổ biến 보편적

세호 일 하러갈 때 누나는 보통 무엇으로(뭘 타고) 가세요?
호아 나는 보통 오토바이를 타고 가.
세호 누나 오토바이를 타는 게 무섭지 않아요?
호아 그다지 무섭지 않아. 베트남에서 오토바이는 가장 보편적인 교통수단이야.

09-02

1 **때를 나타내는 표현**

> ## Khi đi làm, chị thường đi bằng gì?
> 일 하러갈 때 누나는 보통 뭘 타고 가세요?

◉ khi는 '때'를 의미하는 말입니다. 'khi + A + 서술어' 형태로 사용하면 'A가 서술어할 때'
라는 뜻이 된답니다. 비슷한 의미로 lúc이 있는데 이것은 구체적 시각과 함께 써요.

예	Khi tôi ngủ 내가 잘 때 Khi tôi xem ti vi, con gái tôi nghe nhạc. 내가 텔레비전을 볼 때, 나의 딸은 음악을 듣는다. Gia đình tôi thường ăn tối lúc 7 giờ rưỡi tối. 우리 가족은 보통 저녁 7시 반에 저녁식사를 한다.

> 단어   ngủ 자다 | xem 보다 | con gái 딸 | nghe 듣다 | nhạc 음악 | gia đình 가족 |
> ăn tối 저녁식사를 하다

◉ thường은 빈도부사의 하나로서 '보통'을 의미해요. '주어 + thường + 서술어'(주어는 보통
서술어하다)의 형태로 사용된답니다.

예	Se-ho thường ăn cơm ở nhà. 세호는 보통 집에서 밥을 먹는다. Khi có thời gian, tôi thường chơi bóng bàn. 시간이 있을 때, 나는 보통 탁구를 한다.

> 단어   nhà 집 | thời gian 시간 | chơi (운동/연주)하다 / 놀다 | bóng bàn 탁구

2 교통수단 이용 표현

> ## Chị thường đi bằng xe máy. 나는 보통 오토바이를 타고 가.

◉ đi는 '가다'의 의미로, 'đi + 교통수단'과 같이 교통수단과 함께 쓸 수도 있어요. 이 경우에는 '교통수단을 타다'의 의미가 됩니다.

> **예** Khi đi làm, tôi thích đi xe buýt. 일하러 갈 때, 나는 버스를 타는 것을 좋아해.
>
> Khi về nhà, em hay đi xe ôm vì xe ôm tiện và nhanh.
> 귀가할 때, 저는 쌔옴이 편리하고 빨라서 자주 쌔옴을 타요.

> **단어** xe buýt 버스 | xe ôm 쌔옴(오토바이 택시)

◉ bằng은 '~으로(써)'의 의미로, 수단이나 방법을 나타내요. 'bằng + 수단, 도구, 재료'(수단, 도구, 재료로)의 형태로 사용한답니다.

> **예** Cái bàn này được làm bằng gỗ. 이 테이블은 나무로 만들어졌다.
>
> Gia đình tôi đi Đà Nẵng bằng máy bay. 나의 가족은 비행기로 다낭에 간다.
>
> Anh ấy thỉnh thoảng nói bằng tiếng Anh. 그는 가끔 영어로 말한다.

> **단어** máy bay 비행기 | ấy 그(인칭대명사 뒤) | thỉnh thoảng 가끔 | nói 말하다 | tiếng Anh 영어

146

3

약한 부정 표현 : 그다지 ~지 않아

> # Không sợ lắm. 그다지 무섭지 않아.

○ không ~ lắm은 '그다지 ~지 않다'의 의미입니다. 부정 표현을 약하게 할 때 사용할 수 있어요.

예	Tôi không thích môn Lịch sử lắm. 나는 역사 과목을 그다지 좋아하지 않는다. Các món ăn ở nhà hàng này không ngon lắm. 이 식당 음식들은 그다지 맛있지 않다.

단어   môn 과목 | lịch sử 역사

문형연습 1

🎧 09-03

1

Ⓐ Khi đi làm, chị thường đi bằng gì?
  (a)

일하러 갈 때 누나/언니는 보통 무엇을 타고 가요?

Ⓑ Chị thường đi bằng xe máy.
           (b)

나는 보통 오토바이를 타고 가.

	(a)	(b)
(1)	đi học	xe đạp điện
(2)	về quê	tàu hoả
(3)	đi Đà Lạt	máy bay

단어 **xe đạp điện** 전동자전거 | **về** 돌아가(오)다 | **quê** 고향 | **tàu hoả** 기차

2

Chị đi xe máy không sợ à?

누나/언니 오토바이를 타는 게 무섭지 않아요?

➡ Không sợ lắm.

그다지 무섭지 않아.

(1) Anh không đói à?   ➡ _____.

(2) Chị không mệt à?   ➡ _____.

(3) Em học bài này không khó à?   ➡ _____.

단어 **đói** 배고프다 | **mệt** 피곤하다 | **bài** 과 / 수업 내용 | **khó** 어렵다

148

회화연습 ❶

🎧 09-04

1 잘 듣고 소리 내어 따라하세요.

Se-ho Khi đi làm, chị thường đi bằng gì?

Hoa Chị thường đi bằng xe máy.

Se-ho Chị đi xe máy không sợ à?

Hoa Không sợ lắm. Ở Việt Nam xe máy là phương tiện đi lại phổ biến nhất.

2 호아가 되어 세호와 대화하세요.

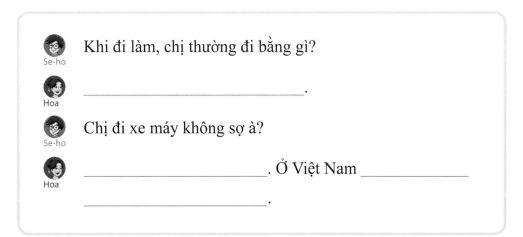

Se-ho Khi đi làm, chị thường đi bằng gì?

Hoa _____.

Se-ho Chị đi xe máy không sợ à?

Hoa _____. Ở Việt Nam _____
_____.

Hoa	Em đã đi xe máy bao giờ chưa?
Se-ho	Chưa ạ. Nhưng em muốn học lái. Học lái xe máy có khó không, chị?
Hoa	Không khó lắm. Em đừng lo. Học một ngày thì sẽ đi được ngay.
Se-ho	Vậy chị dạy cho em nhé.
Hoa	Ừ, cũng được.

단어 bao giờ chưa ~한 적이 있어요(의문) | muốn 원하다 | lái 운전하다 | đừng ~마라 | lo 걱정하다 | ngay 바로/즉시 | dạy 가르치다

호아	너는 오토바이를 타(운전해) 본 적 있니?
세호	아직이요. 그런데 저는 운전하는 것을 배우고 싶어요. 오토바이 운전하는 것을 배우는 게 어려운가요, 누나?
호아	그다지 어렵지 않아. 걱정하지 마. 하루만 배우면 바로 탈 수 있어.
세호	그러면 누나가 저 좀 가르쳐 주세요.
호아	그래, 그래도 되지.

1 경험 표현: ~해 본 적 있어(요)?

> **Em đã đi xe máy bao giờ chưa?** 너는 오토바이를 타 본 적 있니?

○ (đã) ~ bao giờ chưa?는 '~해 본 적 있어(요)'와 같이 상대의 경험 사항을 물을 때 쓰는 표현입니다. (đã) ~ lần nào chưa?도 같은 의미를 나타내요. 긍정의 대답은 rồi로, 부정의 대답은 chưa로 표현할 수 있어요.

예	Em (đã) đi Mũi Né bao giờ chưa/lần nào chưa? 너는 무이내에 가 본적 있어?
긍정 대답	Rồi, năm ngoái em (đã) đi một lần rồi ạ. 네, 작년에 한 번 가 봤어요.
부정 대답	Chưa, em chưa bao giờ/lần nào đi Mũi Né ạ. 아니요, 저는 무이내에 한 번도 가 본적 없어요.

> **단어** năm ngoái 작년 | lần 번, 횟수

2 동사 + 동사 (+ 동사) 표현

> **Nhưng em muốn học lái.** 그런데 저는 운전하는 것을 배우고 싶어요.

○ 베트남어는 동사의 어미변화가 없으며, 두 개 또는 세 개의 동사를 연이어 쓸 수 있답니다.

예	Ⓐ Bây giờ anh đi đâu ạ? 지금 형은/오빠는 어디 가요?
	Ⓑ Anh đi tập bóng đá. 형은/오빠는 축구 연습하러 가.
	Tôi muốn đi gặp bố mẹ tôi. 나는 내 부모님을 만나러 가고 싶다.

> **단어** đâu 어디(의문사) | tập 연습하다 | bóng đá 축구 | gặp 만나다 | bố mẹ 부모님

3 **부정 명령 표현**

> **Em đừng lo.** 걱정하지 마.

○ đừng은 '~하지 마라'는 의미로 사용되는 부정 명령 표현입니다. 일반적으로 '(2인칭) + đừng + 동사'((당신) 동사 하지 마세요)의 형태로 사용해요.

> 예 Em đừng nói nữa. 너는 더 이상 말하지 마.
> Các em đừng quên làm bài tập nhé. 너희들 숙제하는 것을 잊지 마라.

> 단어 nói 말하다 | nữa 더 | quên 잊다 | bài tập 숙제 | nhé ~해(친밀감)

4 **바로, 즉시 표현 : ngay**

> **Học một ngày thì sẽ đi được ngay.** 하루만 배우면 바로 탈 수 있어.

○ ngay는 '바로/즉시'의 의미로, '동사 + ngay'(즉시(당장) 동사하다) 형태로 사용해요. 그리고 'ngay + 장소, 시간' 형태와 같이 장소나 시간을 나타내는 단어 앞에 쓸 경우에는 '바로 (그) 장소/시간'을 뜻하게 돼요.

> 예 Em muốn về nhà ngay. 저는 당장 집에 가고 싶어요.
> Tôi đưa ngay Mi-na vào bệnh viện. 나는 즉시 미나를 병원에 데려갔다.
> Nhà em ở ngay sau trường. 제 집은 학교 바로 뒤에 있어요.
> Chúng ta gặp nhau ngay bây giờ. 우리 지금 당장 만나.

> 단어 đưa 데리고 가다, 가지고 가다 | vào 들어가다 | bệnh viện 병원 | sau 뒤 | trường 학교 | nhau 서로 | bây giờ 지금

152

문형연습 ❷

 09–07

1

Ⓐ **Em đã đi xe máy bao giờ chưa?** 너는 오토바이를 타(운전해) 본 적 있니?
           (a)

Ⓑ **Rồi ạ. Em đi mấy lần rồi.** 네. 몇 번 타 봤어요.
          (b)

	(a)	(b)
(1)	đi Thành phố Hồ Chí Minh	đi một lần
(2)	ăn phở bò	ăn nhiều lần
(3)	mặc áo dài	mặc một lần
(4)	lái xe ô tô	lái nhiều lần

단어   phở 퍼(쌀국수) | bò 소(고기) | nhiều 많은/많이 | mặc 입다 | áo dài 아오자이 | xe ô tô 자동차

2

Em muốn làm gì? (học lái xe máy) 너는 뭐 하고 싶니?

➡ **Em muốn học lái xe máy.** 저는 오토바이 운전을 배우고 싶어요.

(1) Chị muốn làm gì? (đi tập bóng đá)   ➡ _____.

(2) Anh muốn làm gì? (mua nhà mới)   ➡ _____.

(3) Em muốn làm gì? (đi xem phim)   ➡ _____.

(4) Chị muốn làm gì? (đi du lịch khắp thế giới) ➡ _____.

단어   mua 사다 | mới 새로운 | xem 보다 | phim 영화 | du lịch 여행 | khắp 도처 | thế giới 세계

Bài 9 Khi đi làm, chị thường đi bằng gì? 153

09-08

1 잘 듣고 소리 내어 따라하세요.

Hoa Em đã đi xe máy bao giờ chưa?

Se-ho Chưa ạ. Nhưng em muốn học lái.

Học lái xe máy có khó không, chị?

Hoa Không khó lắm. Em đừng lo. Học một ngày thì sẽ đi được ngay.

Se-ho Vậy chị dạy cho em nhé.

Hoa Ừ, cũng được.

2 세호가 되어 호아와 대화해 봅시다.

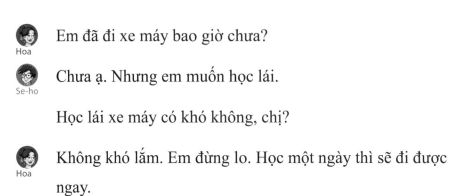

Hoa Em đã đi xe máy bao giờ chưa?

Se-ho _____ ạ. _____.

Học lái xe máy có khó không, chị?

Hoa Không khó lắm. Em đừng lo. Học một ngày thì sẽ đi được ngay.

Se-ho Vậy _____.

Hoa Ừ, cũng được.

① 빈도부사

빈도부사 thỉnh thoảng(가끔), hay(자주), thường(보통), thường xuyên(늘), luôn luôn(항상) 등은 문장 내에서 일반적으로 '주어 + 빈도부사 + 동사'로 사용된답니다.

thỉnh thoảng	Tôi thỉnh thoảng về quê thăm bố mẹ. 나는 가끔 부모님을 뵈러 고향에 간다.
hay	Mùa hè, Se-ho hay đi tắm biển. 여름에 세호는 자주 해수욕을 하러 간다.
thường	Khi có thời gian, bố mẹ tôi thường chơi bóng bàn. 시간이 있을 때, 내 부모님은 보통 탁구를 치신다.
thường xuyên	Buổi sáng, Hoa thường xuyên uống cà phê. 아침에 호아는 늘 커피를 마신다.
luôn luôn	Chồng tôi luôn luôn về nhà sớm. 내 남편은 항상 일찍 귀가한다.

단어 thăm 방문하다 | bố mẹ 부모 | mùa 계절 | hè 여름 | tắm biển 해수욕하다 | thời gian 시간 | buổi sáng 아침 나절 | uống 마시다 | cà phê 커피 | chồng 남편 | sớm 이르다

② 여러 가지 이동 수단

đi bộ 걷기

xe đạp 자전거

xe máy 오토바이

xe buýt 버스

xe hơi / xe ô tô
자동차

xe taxi 택시

xe lửa / tàu hoả
기차

tàu thuỷ 배

máy bay 비행기

tàu điện ngầm
지하철

xích lô 씨로

xe ôm 쌔옴

1 빈칸에 들어갈 말로 알맞지 않은 것을 〈보기〉에서 찾아 쓰세요.

> 보기　　xe máy　　mùa hè　　xe buýt　　tàu điện ngầm

> A : Khi đi làm, anh thường đi bằng gì?
> B : Anh thường đi bằng _____.

2 빈칸에 들어갈 말로 알맞은 것을 〈보기〉에서 골라 넣으세요.

> 보기　　a. loại gì　　　　　　b. bằng xe máy
> 　　　　c. lần nào chưa　　　　d. bao giờ chưa

(1)　Hoa　　Em đã đi xe máy _____?
　　Se-ho　Chưa ạ. Nhưng em muốn học lái.
　　　　　Học lái xe máy có khó không, chị?
　　Hoa　　Không khó lắm. Em đừng lo. Học một ngày thì sẽ đi được ngay.

(2)　Khi đi làm, em thường
　　　đi bằng gì?
　　　　　　　　　　　　　　Em thường đi _____.

○ 베트남의 다양한 교통수단

▶ 오토바이(xe máy): 베트남에서 가장 보편적인 교
통수단으로 한 가정에 2대 이상 있는 경우도 어렵
지 않게 볼 수 있습니다. 좁은 골목길이 많고, 다양
한 대중교통이 아직 발달하지 않은 베트남 실정에
오토바이는 주요한 교통수단이랍니다. 2007년부
터 안전모 착용이 의무화 되었어요.

▶ 쌔옴(xe ôm): 오토바이 택시를 일컫는 말로, ôm은
'안다'라는 뜻이에요. 뒤에 앉은 손님이 안전을 위
해 앞쪽의 기사를 안고 타기 때문에 붙여진 이름입
니다. 예전에는 쌔옴 기사와 직접 요금을 흥정해야
했지만 최근에는 '그랩(Grap)' 등과 같은 애플리케
이션이 대중화되면서 이를 통해 요금을 미리 알고
이용할 수 있어요.

▶ 씩로(xích lô): 운전자가 앉는 곳이 승객용 좌석 뒤
쪽에 있으며 바퀴가 세 개인 탈 것입니다. 운전자가
페달을 밟아 움직이기 때문에 속도가 느리고 교통
체증의 문제로 이제는 관광용 씩로만 찾아볼 수 있
어요.

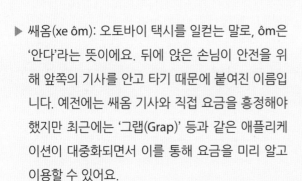

▶ 택시(xe taxi): 베트남의 택시는 콜택시 시스템입니
다. 택시 회사에 전화로 주소를 알려주면 집 앞까
지 찾아옵니다. 한국산 택시도 쉽게 볼 수 있으며
7인승 택시도 있어요. 택시 종류에 따라 기본요금
이 다르기 때문에 여행 시에는 미리 알고 가는 것
이 좋아요.

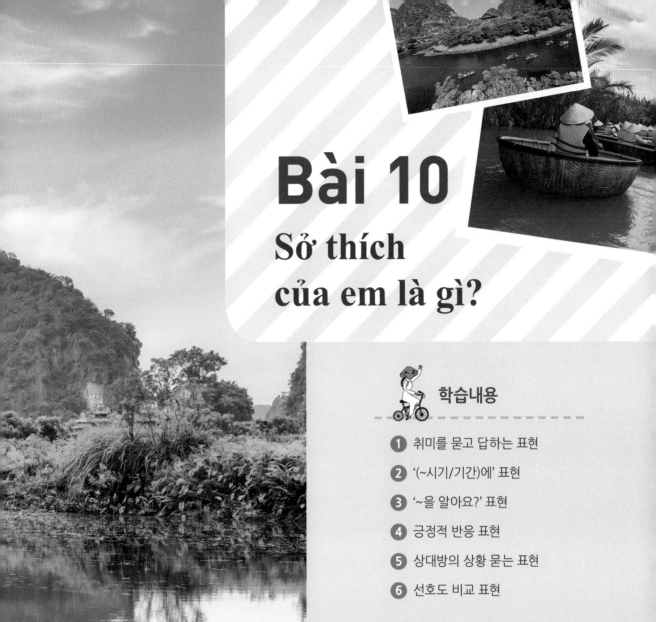

Bài 10
Sở thích
của em là gì?

학습내용

1. 취미를 묻고 답하는 표현
2. '(~시기/기간)에' 표현
3. '~을 알아요?' 표현
4. 긍정적 반응 표현
5. 상대방의 상황 묻는 표현
6. 선호도 비교 표현

학습목표

1. 취미를 묻고 답할 수 있다.
2. 다양한 취미 관련 어휘를 사용할 수 있다.
3. 선호도를 비교하는 표현을 할 수 있다.

🎧 10-01

Se-ho   Sở thích của em là gì?

Hùng   Em thích chơi bóng đá ạ. Vào ngày nghỉ, em thường đá bóng cùng với các bạn em.

Se-ho   Vậy em có biết cầu thủ bóng đá Hàn Quốc Son Heung-min không?

Hùng   Biết chứ ạ! Em là fan hâm mộ của Son Heung-min đấy. Anh ấy chơi giỏi thật.

단어 sở thích 취미 | vào ~에(시간명사) |
đá (발로) 차다 | bóng 공 |
ngày nghỉ 휴일 | với ~와 함께 |
bạn 친구 | vậy 그러하다 | biết 알다 |
cầu thủ 선수 | fan hâm mộ 팬 |
chứ ~지/~고 말고 | giỏi 잘하다 |
thật 정말

세호   너의 취미는 무엇이야?
훙   저는 축구하는 것을 좋아해요. 휴일에 저는 보통 제 친구들과 함께 축구를 해요.
세호   그러면 너는 한국 축구 선수 손흥민을 아니?
훙   알고 말고요! 저는 손흥민 선수의 팬이에요. 그는 정말 (축구)플레이를 잘 해요.

 10-02

1 **취미를 묻고 답하는 표현**

> ❹ **Sở thích của em là gì?** 너의 취미는 무엇이야?
>
> ❷ **Em thích chơi bóng đá ạ.** 저는 축구하는 것을 좋아해요.

● 취미를 물어볼 때 sở thích(취미)라는 말을 직접 언급해서 묻고 답하거나 'thích(좋아하다) + 동사/명사' 형태를 사용하여 개인의 취향을 표현할 수 있어요. 또한 'Khi rỗi/rảnh, 2인 칭 + thường làm gì?(시간이 있을 때 당신은 보통 무엇을 하세요)'와 같이 여가 활동을 묻고 답하는 형태를 사용할 수도 있어요.

예	
	❹ Sở thích của anh là gì? 형/오빠의 취미는 뭐예요?
	❷ –Sở thích của anh là đọc sách và nghe nhạc. 내 취미는 독서와 음악 감상이야.
	–Anh thích đọc sách và nghe nhạc. 나는 독서와 음악 감상하는 것을 좋아해.
	❹ Khi rỗi, anh thường làm gì? 한가할 때, 형은/오빠는 보통 뭘 해요?
	❷ Anh thường đọc sách và nghe nhạc. 나는 보통 독서와 음악 감상을 해.

단어　đọc 읽다 | sách 책 | rỗi/rảnh 한가하다

2 **~(시기/기간)에 : vào**

> Vào ngày nghỉ, em thường đá bóng cùng với các bạn em.
>
> 휴일에 저는 보통 제 친구들과 함께 축구를 해요.

○ vào는 시기나 기간을 나타내는 말 앞에 위치하면 '~(시기/기간)에'의 의미로 사용돼요.

예	Vào mùa đông, ở Hàn Quốc có nhiều tuyết. 겨울에 한국에는 눈이 많이 온다. Se-ho sẽ đi du lịch miền Nam Việt Nam vào hè này. 세호는 이번 여름에 베트남 남부 지역으로 여행을 갈 것이다.

단어   đông 겨울 | tuyết 눈 | miền 지역

3 **có biết ~ không? : ~을 알아요?**

> Em có biết cầu thủ bóng đá Hàn Quốc Son Heung-min không?
>
> 너는 한국 축구 선수 손흥민을 아니?

○ '주어 + có biết ~ không?'은 '주어가/는 ~를 알아요?'의 의미로, '~' 위치에는 단어뿐만 아니라 구나 절이 올 수도 있답니다.

예	Em có biết nhà hàng Ngon không? 너는 응온 식당을 아니? Em có biết nhà hàng Ngon ở đâu không? 너는 응온 식당이 어디에 있는지 아니?

단어   nhà hàng 식당 | ở ~에(서) | đâu 어디

4

긍정적 반응 표현 : chú

> # Biết chứ ạ! 알고 말고요!(당연히 알죠!)

○ chứ는 문장(평서문) 끝에 위치할 경우 상대방의 질문에 대한 동의나 제안에 대한 긍정적인 반응을 나타내요. '~지 / ~고 말고'의 의미로 사용할 수 있답니다. 그리고 chứ가 의문문 끝에 올 경우에는 이미 알고 있는 내용에 대한 확인이나 말하는 이의 기대나 바람을 나타낼 수 있어요. '~지(요)?'의 뜻으로 써요.

예 **Ⓐ** Chị có đi ăn tối với em không? 누나/언니 저랑 저녁 먹으러 가실래요?
Ⓑ Có chứ! 가고 말고!

Bố mẹ em vẫn khoẻ chứ? 네 부모님은 여전히 건강하시지?
Phim này hay chứ? 이 영화 재미있지?

단어 vẫn 여전히 | khoẻ 건강하다 | phim 영화 | này 이(지시형용사) | hay 재미있다

문형연습 ❶

 10-03

1

Ⓐ Sở thích của em là gì? 너의 취미는 뭐야?

Ⓑ Sở thích của em là <u>chơi bóng đá</u>. 저의 취미는 축구를 하는 거예요.
  (a)

(a)

(1) leo núi

(2) vẽ tranh

(3) chụp ảnh

> 단어 leo 오르다 | núi 산 | vẽ 그리다 | tranh 그림 | chụp (사진) 찍다 | ảnh 사진

2

Anh có biết <u>nhà hàng Ngon</u> không?
형/오빠는 응온 식당을 알아요?

➡ Biết chứ. Nhà hàng Ngon rất nổi tiếng.
알고 말고. 응온 식당은 매우 유명해.

(1) Anh có biết _____ không?
  ➡ Biết chứ. Son Heung-min là cầu thủ bóng đá Hàn Quốc.

(2) Anh có biết _____ không?
  ➡ Biết chứ. Ngày sinh nhật của Mi-na là ngày 15 tháng 5.

(3) Anh có biết _____ không?
  ➡ Biết chứ. Anh học lái xe máy lâu rồi.

> 단어 ngày sinh nhật 생일날

164

 10-04

1 잘 듣고 소리 내어 따라하세요.

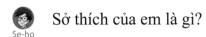

> Se-ho: Sở thích của em là gì?
>
> Hùng: Em thích chơi bóng đá ạ. Vào ngày nghỉ, em thường đá bóng cùng với các bạn em.
>
> Se-ho: Vậy em có biết cầu thủ bóng đá Hàn Quốc Son Heung-min không?
>
> Hùng: Biết chứ ạ! Em là fan hâm mộ của Son Heung-min đấy. Anh ấy chơi giỏi thật.

2 세호가 되어 훙과 대화하세요.

> Se-ho: _____?
>
> Hùng: Em thích chơi bóng đá ạ. Vào ngày nghỉ, em thường đá bóng cùng với các bạn em.
>
> Se-ho: Vậy _____?
>
> Hùng: Biết chứ ạ! Em là fan hâm mộ của Son Heung-min đấy. Anh ấy chơi giỏi thật.

회화 ❷

🎧 10–05

Hùng	Khi rỗi, anh thường làm gì?
Se-ho	Anh thường đi xem phim hoặc đi mua sắm.
Hùng	Vậy anh thích loại phim nào nhất?
Se-ho	Anh thích nhất phim hành động. Còn em thì sao?
Hùng	Em thì thích phim hài hơn ạ.

단어 **xem** 보다 | **phim** 영화 | **hoặc** 혹은 | **mua sắm** 쇼핑하다 | **loại** 종류 | **nhất** 가장/제일 |
phim hành động 액션 영화 | **còn** 그런데/한편 | **phim hài** 코믹 영화 | **hơn** ~보다(비교급)

훙   한가할 때, 형은 보통 뭘 해요?
세호   나는 보통 영화를 보러 가거나 쇼핑을 가.
훙   그러면 형은 어떤 종류의 영화를 가장 좋아해요?
세호   나는 액션 영화를 가장 좋아해. 너는 어떤데?
훙   저는 코믹 영화를 더 좋아해요.

문법·표현 ②

1 상대방의 상황 묻는 표현 : ~ thì sao?

> ## Anh thích nhất phim hành động. Còn em thì sao?
> 나는 액션 영화를 가장 좋아해. (그런데) 너는 어떤데?

○ '주어 thì sao?'는 '주어는 어때?'라는 의미로 쓸 수 있어요. 대화에서 이미 언급한 내용에 대해 상대의 상태나 상황을 물어볼 때 쓰는 표현이랍니다. thế nào도 '~는 어때'라는 의미이지만 앞에 언급된 내용이 없어도 쓸 수 있다는 점에서 차이가 있어요.

예 **Ⓐ** Trong các món ăn Việt Nam, tôi thích nhất bún chả. Còn anh thì sao?
  베트남 음식 중에서 나는 분짜를 가장 좋아해요. 당신은 어떠세요?

  Ⓑ Tôi thì thích phở bò nhất. 나는 소고기 퍼를 가장 좋아해요.

  Xe máy mới của anh thế nào? 형/오빠의 새 오토바이는 어때요?

단어 **trong** 안/~중 | **món ăn** 음식 | **bún chả** 분짜(음식명)

2 선호도 비교 표현 : thích ~ hơn

> **Em thì thích phim hài hơn ạ.** 저는 코믹 영화를 더 좋아해요.

- thích ~ hơn은 '~을 더 좋아하다'라는 의미예요. 언급되는 대상 중에서 더 좋아하는 개인
  적 선호도를 나타내는 표현이랍니다.

예

Ⓐ Mùa hè và mùa đông, em thích mùa nào hơn?
여름과 겨울 중 너는 어떤 계절을 더 좋아하니?

Ⓑ Em thích mùa hè hơn. 저는 여름을 더 좋아해요.

Trong hai loại phở bò và phở gà, tôi thích phở bò hơn.
소고기 퍼와 닭고기 퍼 두 종류 중에서 나는 소고기 퍼를 더 좋아한다.

단어 mùa đông 겨울 | gà 닭

🎧 10-07

1

Ⓐ Khi rỗi, em thường <u>xem phim</u>. Còn chị thì sao?
  (a)

한가할 때, 저는 보통 영화를 봐요. 누나/언니는 어떤가요?

Ⓑ Chị thì thường <u>ở nhà đọc sách</u>. 나는 보통 집에서 책을 읽어.
  (b)

	(a)	(b)
(1)	đi mua sắm	đi chụp ảnh
(2)	tập thể dục	đi leo núi
(3)	chơi bóng bàn	ở nhà nấu ăn

단어 tập thể dục 운동하다 | nấu ăn 요리하다

2

Mùa hè và mùa đông, em thích mùa nào hơn?
여름과 겨울, 너는 어느 계절을 더 좋아하니?

➡ <u>Em thích mùa hè hơn.</u> 저는 여름을 더 좋아해요.

(1) Bún chả và bún bò, em thích món nào hơn? (bún chả)

➡ _____ .

(2) Bóng bàn và bóng đá, em thích môn thể thao nào hơn? (bóng đá)

➡ _____ .

(3) Sa Pa và vịnh Hạ Long, em thích nơi nào hơn? (Sa Pa)

➡ _____ .

(4) Phim hài và phim hành động, em thích loại phim nào hơn? (phim hài)

➡ _____ .

단어 bún bò 분보(음식명) | môn 종목 | vịnh 만(灣)

 10–08

1 잘 듣고 소리 내어 따라하세요.

Hùng: Khi rỗi, anh thường làm gì?

Se-ho: Anh thường đi xem phim hoặc đi mua sắm.

Hùng: Vậy, anh thích loại phim nào nhất?

Se-ho: Anh thích nhất phim hành động. Còn em thì sao?

Hùng: Em thì thích phim hài hơn ạ.

2 세호가 되어 훙과 대화하세요.

Hùng: Khi rỗi, anh thường làm gì?

Se-ho: Anh _____.

Hùng: Vậy, anh thích loại phim nào nhất?

Se-ho: Anh _____. Còn _____?

Hùng: Em thì thích phim hài hơn ạ.

170

❶ 취미와 여가 활동 관련 표현

xem ti vi
텔레비전 시청

tập thể dục
운동하기

xem phim
영화 보기

chơi piano
피아노 치기

leo núi
등산하기

nghe nhạc
음악 감상

chụp ảnh
사진 찍기

nấu ăn
요리하기

mua sắm
쇼핑하기

hát
노래하기

đọc sách
독서

đi du lịch
여행하기

chơi bóng đá
축구하기

chơi bóng chày
야구하기

chơi bóng bàn
탁구하기

chơi bóng rổ
농구하기

nhảy, múa
춤추기

bơi
수영하기

chơi game
게임하기

câu cá
낚시하기

❶ 빈칸에 들어갈 말로 알맞지 않은 것을 〈보기〉에서 찾아 쓰세요.

> 보기   câu cá   nấu ăn   chơi piano   món ăn

> A: Sở thích của em là gì?
>
> B: Sở thích của em là _____ .

❷ 빈칸에 들어갈 말로 알맞은 것을 〈보기〉에서 골라 넣으세요.

> 보기   a. Khi rỗi   b. Vào ngày nghỉ
>
> c. Còn anh thì sao   d. Em thích ở nhà hơn

(1) Se-ho   Sở thích của em là gì?

  Hùng   Em thích chơi bóng đá ạ. _____, em thường đá bóng cùng với các bạn em.

(2)
  Khi rỗi, em thường chơi bóng đá với các bạn. _____?

  Anh thì thường đi xem phim.

○ 베트남 사람들의 여가 생활

▶ 축구: 베트남 사람들은 스포츠에 관심이 높은데,
그중 특히 축구를 좋아합니다. 베트남 대표팀이 출
전하는 경기뿐만 아니라 유럽의 프리미어 리그나
월드컵과 같은 국제 경기가 있을 때는 펍(pub)이나
식당의 텔레비전 앞에 모여 앉아 시청하는 모습을
흔히 볼 수 있습니다. 베트남 대표팀이 승리를 하는
날에서 오토바이를 탄 사람들로 도로가 심한 정체
를 이루기도 한답니다.

▶ 오토바이 드라이브: 도심 곳곳에 있는 공원 가나
호수 주변을 오토바이를 타고 달리는 것도 베트남
사람들이 여가를 즐기는 모습입니다. 뜨거운 낮 시
간을 피해 가족이나 연인끼리 오토바이로 드라이
브를 즐기면서 일상의 피로를 푼답니다.

▶ K-POP: 하노이나 호찌민시에 K-POP 관련 축제들
이 개최될 정도로 최근 베트남 젊은이들 사이에서
K-POP은 새로운 문화로 부상하였습니다. K-POP
동호회 축제가 대표적인데, 전국 각지에서 온 많은
동호회원들과 젊은이들이 이 축제에 참가하고 있
습니다. 축제에서 베트남 젊은이들이 가장 기대하
는 프로그램은 K-POP 춤, 노래 경연 대회랍니다.

Bài 11
Hôm nay
có những môn gì?

학습내용

① 학습 관련 표현
② 권유, 청유 표현
③ 강한 부정 표현
④ 최상급 표현
⑤ 교실에서 쓰는 표현
⑥ 상관어구(càng A càng B)

학습목표

1. 학습과 관련된 표현들을 사용할 수 있다.

2. 권유, 청유의 표현을 알 수 있다.

3. 교실 안에서 쓰이는 표현을 알 수 있다.

11–01

Cô giáo Chúng ta bắt đầu học nhé. Hôm nay chúng ta sẽ học về phát âm tiếng Việt. Các em hãy nghe cô đọc nhé.

(Một lúc sau)

Cô giáo Hôm nay chúng ta học đến đây nhé. Có ai hỏi gì nữa không?

Se-ho Cô ạ, tuần sau có bài kiểm tra, đúng không ạ? Có khó không ạ?

Cô giáo Không khó.

단어 bắt đầu 시작하다 |
phát âm 발음 |
hãy ~하자(권유, 청유) |
một lúc 잠시 | hỏi 묻다 |
bài kiểm tra 시험 |
khó 어렵다

여선생님	수업 시작하겠습니다. 오늘 우리는 베트남어 발음에 대해 공부할 거예요. 모두 선생님이 읽는 것을 잘 들으세요.
(잠시 뒤)	
여선생님	오늘은 여기까지 하겠습니다. 누구 질문할 사람 있나요?
세호	선생님, 다음 주에 시험이 있어요, 그렇죠? 어렵나요?
여선생님	어렵지 않아요.

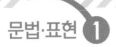

 11-02

1 Hãy 표현

> ## Các em hãy nghe cô đọc nhé.
> 모두 선생님이 읽는 것을 잘 들으세요.

● hãy는 '~해라/~하자'의 의미로 명령 또는 청유문에서 사용되며, 구어체 형식보다는 주로 문어체 형식에서 사용되죠. 또 다른 청유의 표현으로 문장 끝에 nhé를 사용하기도 해요.

> 예 | Hãy trả lời những câu hỏi sau xem "đúng" hay "sai"!
> 다음 질문들에 '맞다' 또는 '틀리다'로 답하시오!
>
> Chúng ta hãy đến xem. 우리 가서 보자.
>
> Bây giờ chúng ta xem TV nhé. 지금 우리 텔레비전 보자.

> 단어 trả lời 대답하다 | những ~들(복수 표현), câu hỏi 질문, sai 틀리다

2 의문 표현

> ## Cô ạ, tuần sau có bài kiểm tra, đúng không ạ?
> 선생님, 다음 주에 시험이 있어요, 그렇죠?

● đúng không?은 평서문 뒤에 붙어 앞의 내용을 확인하는 말이에요. '맞지(요)', '그렇지(요)'라는 의미이며, phải không?을 쓸 수도 있어요.

> 예 | Ⓐ Ngày mai là sinh nhật của bạn, đúng không? 내일은 너의 생일이야, 맞지?
> Ⓑ Đúng rồi, ngày mai là sinh nhật của mình. 맞아, 내일이 내 생일이야.
>
> Không đúng(phải), ngày mai không phải là sinh nhật của mình.
> 아니, 내일은 내 생일이 아니야.

3 **Trong lớp học** 교실 안에서

예 | Cô đang vào lớp học. (여)선생님이 교실로 들어오고 있다.

Một học sinh đang viết trên bảng. 학생 한 명이 칠판에 쓰고 있다.

Một học sinh đang nghe nhạc. 학생 한 명이 음악을 듣고 있다.

Trên bàn có sách và vở. 책상 위에 책과 공책이 있다.

Một học sinh đang ngồi trên ghế đọc sách. 한 학생이 의자에 앉아 책을 읽고 있다.

1

🎧 11-03

Anh hãy nói nhé. 형/오빠 말씀하세요.
  (a)   (b)

	(a)	(b)
(1)	Em	về nhà
(2)	Chúng ta	đi chơi
(3)	Các em	đọc nhiều sách
(4)	Các bạn	nghe kĩ

단어   **kĩ** 신중하게

2

Anh làm việc ở bệnh viện, đúng không?
형은/오빠는 병원에서 일하지요, 맞죠?

(1) Con đã làm bài tập rồi

(2) Cái này giảm giá 20%

(3) Thầy mới ra ngoài

 11-04

1 잘 듣고 소리 내어 따라하세요.

Cô giáo: Chúng ta bắt đầu học nhé. Hôm nay chúng ta sẽ học về phát âm tiếng Việt. Các em hãy nghe cô đọc nhé.

(Một lúc sau)

Cô giáo: Hôm nay chúng ta học đến đây nhé. Có ai hỏi gì nữa không?

Se-ho: Cô ạ, tuần sau có bài kiểm tra, đúng không ạ? Có khó không ạ?

Cô giáo: Không khó.

2 세호가 되어 (여)선생님과 대화해 봅시다.

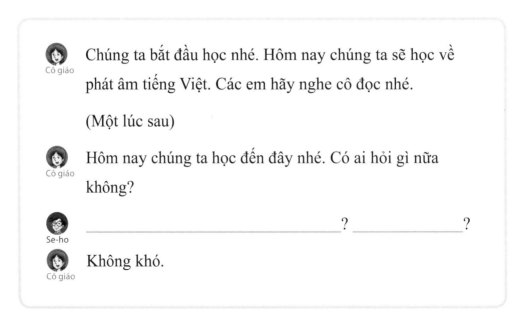

Cô giáo: Chúng ta bắt đầu học nhé. Hôm nay chúng ta sẽ học về phát âm tiếng Việt. Các em hãy nghe cô đọc nhé.

(Một lúc sau)

Cô giáo: Hôm nay chúng ta học đến đây nhé. Có ai hỏi gì nữa không?

Se-ho: _____? _____?

Cô giáo: Không khó.

회화 ②

Trang	Khi còn là sinh viên, chị thích học môn gì nhất?
Mi-na	Chị thích học môn ngoại ngữ nhất. Chị đã từng học tiếng Việt, tiếng Trung v.v.
Trang	Chuyên môn của chị là gì?
Mi-na	Chuyên môn của chị vốn là kinh doanh và tiếng Việt.
Trang	Thế à? Bây giờ học lại tiếng Việt thì thấy thế nào?
Mi-na	Chị thấy tiếng Việt càng học càng thú vị.

단어 môn 과목 | ngoại ngữ 외국어 | từng 경험하다 | vốn 원래, 본래

짱	대학생 이었을 때 언니는 무슨 과목을 가장 좋아했어요?
미나	나는 외국어 과목을 가장 좋아했어. 나는 베트남어랑 중국어 등을 배웠어.
짱	언니의 전공은 원래 무엇이었어요?
미나	전공은 경영이랑 베트남어였어.
짱	그래요? 지금 다시 베트남어를 공부하니 어때요?
미나	내가 보기에 베트남어는 공부할수록 재미있어.

 11-06

1 khi ~할 때 / 최상급

> ### Khi còn là sinh viên, chị thích học môn gì nhất?
> 대학생이었을 때 언니는 무슨 과목을 가장 좋아했어요?

○ khi는 '~할 때'의 의미예요. 앞에 trước, sau 또는 trong을 붙여 '~하기 전에', '~한 후에', '~하는 중에'라는 의미로도 쓸 수 있어요. '(sau/trước/trong) khi + (주어) + 동사' 형태로 쓴답니다.

| 예 | Khi anh ấy nói, em đã nghe nhạc. 그 형이 / 오빠가 말할 때, 저는 음악을 듣고 있었어요.
Trước khi đi làm, bố em đọc báo. 일하러 가기 전에, 나의 아버지는 신문을 읽으신다.
Sau khi em ngủ, mẹ em đi chợ. 내가 잠든 후에, 나의 어머니는 시장에 가셨다.
Trong khi mình làm bài tập, bạn đã làm gì? 내가 숙제하는 동안 너는 무엇을 했니? |

○ nhất은 최상급 표현으로 'A + 형용사 + nhất(가장 형용사하다)'의 형태로 쓰입니다. 이와 유사한 표현으로 'A + 형용사 + hơn cả'가 있어요.

| 예 | Trong lớp mình, Hùng là người cao nhất.
우리 반에서, 훙이 가장 키가 큰 사람이다.
Trong ba người, Mi-na đẹp hơn cả.
세 명 중, 미나가 가장 예쁘다. |

단어 báo 신문 | ngủ 잠을 자다 | chợ 시장 | cao 크다 | đẹp 예쁘다

182

càng A càng B 구문

Chị thấy tiếng Việt càng học càng thú vị.

내가 보기에 베트남어는 공부할수록 재미있어.

● càng A càng B는 'A 할수록 B 하다'의 의미를 가져요. 'càng ngày càng   ~'의 형태로 쓰면 '날이 갈수록 ~하다'의 의미이며, 'ngày càng   ~'으로도 쓸 수 있어요.

> 예
>
> Ⓐ Khi nào em đến nhà anh được? 언제 제가 형 / 오빠 집에 갈까요?
>
> Ⓑ Càng sớm càng tốt. 빠를수록 좋아.
>
> Dạo này giá nhà càng ngày càng tăng. 요새 집값이 날이 갈수록 상승하고 있는 중이다.
>
> Trời ngày càng lạnh. 날씨가 날이 갈수록 추워진다.

> 단어   tăng 오르다, 상승하다 | lạnh 춥다

문형연습 ❷

1

Ⓐ Anh thích <u>môn</u> gì nhất? 형은/오빠는 무슨 과목을 가장 좋아하나요?
　　　　　　(a)

Ⓑ Anh thích <u>môn tiếng Việt</u> nhất. 형은/오빠는 베트남어 과목을 가장 좋아해.
　　　　　　　(b)

	(a)	(b)
(1)	màu	màu vàng
(2)	quả	quả chuối
(3)	phim	phim hài

> **단어** màu 색 | màu vàng 노란색 | quả 과일 | quả chuối 바나나 | phim hài 코미디 영화

2

Càng <u>sớm</u> càng <u>tốt</u>. 빠를수록 좋아.
　　　(a)　　　(b)

	(a)	(b)
(1)	ngày	đẹp
(2)	học	dễ
(3)	đọc	hay
(4)	tập thể dục	khoẻ mạnh

> **단어** dễ 쉽다 | hay 재미있다 | khoẻ mạnh 건강하다

회화연습 2

1 잘 듣고 소리 내어 따라하세요.

> **Trang** Khi còn là sinh viên, chị thích học môn gì nhất?
>
> **Mi-na** Chị thích học môn ngoại ngữ nhất. Chị đã từng học tiếng Việt, tiếng Trung v.v.
>
> **Trang** Chuyên môn của chị là gì?
>
> **Mi-na** Chuyên môn của chị vốn là kinh doanh và tiếng Việt.
>
> **Trang** Thế à? Bây giờ học lại tiếng Việt thì thấy thế nào?
>
> **Mi-na** Chị thấy tiếng Việt càng học càng thú vị.

2 읽고 한국어로 표현된 부분을 베트남어로 번역해 보세요.

> **Trang** Khi còn là sinh viên, 언니는 무슨 과목을 가장 좋아했어요?
>
> **Mi-na** Chị thích học môn ngoại ngữ nhất. Chị đã từng học tiếng Việt, tiếng Trung v.v.
>
> **Trang** 언니의 전공은 원래 무엇이었어요?
>
> **Mi-na** Chuyên môn của chị vốn là kinh doanh và tiếng Việt.
>
> **Trang** Thế à? Bây giờ học lại tiếng Việt thì thấy thế nào?
>
> **Mi-na** 내가 보기에 베트남어는 공부할수록 재미있어.

1 교실에서 사용하는 표현

- Đừng làm ồn! 소란스럽게 하지 마!
- Hãy yên lặng! 조용히 하렴!
- Nhớ làm bài tập nhé. 숙제하는 것을 기억하렴.
- Các bạn có hỏi gì nữa không? 너희들 더 물어 볼 것이 있니?
- Nghe và phát âm theo thầy / cô. 듣고 남/여선생님을 따라 발음하렴.
- Hãy trả lời câu hỏi của thầy / cô. 남/여선생님의 질문에 대답해 보렴.

2 비교급, 최상급 표현

동등비교	A + 형용사 + bằng + B A는 B만큼 형용사하다 A và B + 형용사 + bằng nhau A와 B는 같이 형용사하다	A cao bằng B A는 B만큼 크다 A và B cao bằng nhau. A와 B는 같이 키가 크다
우등, 열등 비교	A + 형용사 + hơn + B A는 B보다 형용사하다	A giỏi hơn B. A는 B보다 잘한다. A kém hơn B. A는 B보다 부족하다.
최상급	A + 형용사 + nhất A + 형용사 + hơn cả A는 가장 형용사하다	A nhanh nhất. A가 가장 빠르다. A nhanh hơn cả. A가 가장 빠르다.

❶ 빈칸에 들어갈 적당한 말을 쓰세요.

> Se-ho: Cô ạ, tuần sau có bài kiểm tra, _____?
>
> Cô giáo: Đúng rồi.

❷ 빈칸에 들어갈 적당한 말을 쓰세요.

> Trang: Bạn thấy học tiếng Việt thế nào?
>
> Mi-na: Mình thấy tiếng Việt _____.

❸ 대화의 내용과 일치하는 것을 〈보기〉에서 고르세요.

> Trang: Khi còn là sinh viên, chị thích học môn gì nhất?
>
> Mi-na: Chị thích học môn ngoại ngữ nhất. Chị đã từng học tiếng Việt, tiếng Trung v.v.
>
> Trang: Chuyên môn của chị là gì?
>
> Mi-na: Chuyên môn của chị vốn là kinh doanh và tiếng Việt.
>
> Trang: Thế à? Bây giờ học lại tiếng Việt thì thấy thế nào?
>
> Mi-na: Chị thấy tiếng Việt càng học càng thú vị.

보기   a. 짱은 미나의 선배다.

b. 미나의 전공은 베트남어다.

c. 짱은 중국어를 배운 적이 있다.

d. 미나는 베트남어를 배우고 있다.

e. 미나는 베트남어 배우는 것을 좋아한다.

한국과 베트남의 학제

Chương trình giáo dục của Hàn Quốc là 6 năm tiểu học, 3 năm trung học cơ sở và 3 năm trung học phổ thông.
한국의 학제는 초등학교 6년, 중학교 3년, 고등학교 3년이야.

Chương trình giáo dục phổ thông của Hàn Quốc như thế nào?
한국의 학제는 어때?

Việt Nam cũng là 12 năm(từ lớp 1 đến lớp 12). Trong đó 5 năm tiểu học, 4 năm trung học cơ sở, 3 năm trung học phổ thông.
베트남도 12년(1학년에서 12학년까지)이야. 그 중 초등학교 5년, 중학교 4년, 고등학교 3년이야.

Còn Việt Nam?
그럼 베트남은?

단어 chương trình 프로그램 | giáo dục 교육

문묘-국자감(Văn Miếu - Quốc Tử Giám)

문묘는 리타인똥(Lý Thánh Tông, 李聖宗) 시기인 1070년에 세워졌어요. 처음 이곳은 공자를 제사 지내는 곳이었을 뿐 아니라 왕의 자제들을 위한 학교였어요. 1076년 리년똥 (Lý Nhân Tông, 李仁宗)이 베트남 최초의 대학인 국자감을 문묘의 뒤에 세웠고요. 이곳은 왕의 자제들을 위한 학교였지만 이후 국내의 학문에 출중한 사람들을 받아들이도록 확대되었지요. 문묘와 국자감은 베트남의 문화 발전을 보여 주는 역사 유적이며 많은 사람들이 아는 매우 유명한 여행 관광지 중 하나랍니다.

국학(國學)-후에는 후에(Huế)에 있는 유명한 학교로, 1896년 10월에 세워졌어요. 이곳은 베트남에서 세 번째로 오래된 고등학교이며, 처음 이름은 국학이었지만 몇 차례 이름이 바뀌다가 1956년이 되어서야 다시 국학이라는 이름을 갖게 돼요. 국학-후에에서 양성된 많은 인재들 중 단연 호찌민 주석이 가장 유명하답니다.

Bài 12
Hôm nay thời tiết thế nào?

 학습내용

1. 날씨 표현
2. 계절 표현
3. 원인, 이유를 묻는 표현
4. 상관어구 (chỉ ~ thôi, nếu A thì B)

학습목표

1. 날씨를 묻고 답할 수 있다.
2. 계절에 관한 표현을 할 수 있다.
3. 이유를 묻는 표현을 알 수 있다.

회 화 ①

🎧 12-01

Se-ho   Em đi đâu về à? Hôm nay thời tiết thế nào?

Trang   Em đi học về. Trời hôm nay nắng và nóng lắm.

Se-ho   Anh không thích trời nóng. Nên anh thích mùa thu nhất.

Trang   Vì sao anh thích mùa thu nhất?

Se-ho   Vì vào mùa thu trời trong, cao và mát.

단어 **thời tiết** 날씨 | **nắng** 햇빛이 비치다, 쨍쨍하다 | **nóng** 덥다 | **mùa** 계절 | **thu** 가을 | **trong** 맑다 | **mát** 시원하다

세호 어디 다녀 와? 오늘 날씨가 어때?
짱   저는 공부하고 왔어요. 오늘 날씨는 매우 쨍쨍하고 더워요.
세호 나는 더운 날씨가 싫어. 그래서 나는 가을을 가장 좋아해.
짱   왜 가을을 가장 좋아하세요?
세호 왜냐하면 가을에는 하늘이 맑고 높으며, 시원하기 때문이야.

문법·표현 1

12–02

1 날씨 표현

> **Ⓐ** Hôm nay thời tiết thế nào? 오늘 날씨가 어떠니?
>
> **Ⓑ** Hôm nay trời nóng. 오늘 날씨는 더워요.

● 날씨를 표현할 때 '날씨'의 뜻을 갖는 thời tiết을 사용할 수 있으나 보통 '하늘'의 뜻을 갖는 'trời'를 사용해요.

> 예   Ⓐ Hôm nay thời tiết/trời thế nào? 오늘 날씨 어때요?
>
> Ⓑ Hôm nay trời mưa. 오늘은 비가 와요.
>
> Trời chỉ giúp những người tự biết giúp mình. 하늘은 단지 스스로 돕는 자를 돕는다.

단어   mưa 비 오다 | chỉ 단지 | giúp 돕다

2 vào

> Vì vào mùa thu trời trong, cao và mát.
>
> 왜냐하면 가을은 하늘이 맑고, 높으며 시원하기 때문이야.

● vào는 시기를 나타내는 말 앞에 위치할 경우, '~(시기)에'라는 뜻으로 사용해요. 동사로는 '들어가다(오다)'의 의미로 쓸 수 있어요.

> 예   Vào hè này, tôi sẽ đi du lịch Việt Nam. 이번 여름에, 나는 베트남으로 여행을 갈 거예요.
>
> Trẻ em không được vào. 어린이는 들어갈 수 없어요.

3 이유를 묻는 표현

> **Ⓐ Vì sao anh thích mùa thu nhất?**
>
> 왜 가을을 가장 좋아하세요?
>
> **Ⓑ Vì vào mùa thu trời trong, cao và mát.**
>
> 왜냐하면 가을은 하늘이 맑고, 높으며 시원하기 때문이야.

○ Vì sao는 이유를 묻는 의문사이며, 다른 표현으로 tại sao가 있습니다. 이에 대해 bởi vì, tại vì, vì등으로 대답할 수 있습니다.

예	Vì sao (Tại sao) bạn học tiếng Việt? 너는 왜 베트남어를 공부하니?
	Bởi vì mình càng học tiếng Việt càng thấy hay. 왜냐하면 베트남어를 공부할수록 재미있거든.
	Tại sao em đến lớp muộn? 너 왜 수업에 늦게 왔니?
	Vì em dậy muộn thầy ạ. 왜냐하면 늦게 일어났기 때문이에요, 선생님.

단어   **muộn** 늦다 | **dậy** 일어나다

194

🎧 12-03

1

Ⓐ Cái bút này thế nào?
(a)

이 펜은 어떠니?

Ⓑ Cái bút này rất tốt.
(a)　　　(b)

이 펜은 좋아요.

	(a)	(b)
(1)	Quyển sách đó	khá thú vị
(2)	Quả cam này	ngon lắm
(3)	Anh ấy	đẹp trai quá
(4)	Nhà anh	rất mới

단어　cam 오렌지 | ngon 맛있다 | mới 새롭다

2

Ⓐ Vì sao em thích mùa đông? 왜 겨울을 좋아하니?
(a)

Ⓑ Bởi vì em thích tuyết. 왜냐하면 눈을 좋아하거든요.
(b)

	(a)	(b)
(1)	thích phim này	thích loại phim hài
(2)	mang áo mưa	nghe hôm nay sẽ có mưa
(3)	về nhà muộn	có việc làm thêm

단어　tuyết 눈 | thêm 더하다

1 잘 듣고 소리 내어 따라하세요.

Se-ho Em đi đâu về à? Hôm nay thời tiết thế nào?

Trang Em đi học về. Trời hôm nay nắng và nóng lắm.

Se-ho Anh không thích trời nóng. Nên anh thích mùa thu nhất.

Trang Vì sao anh thích mùa thu nhất?

Se-ho Vì vào mùa thu trời trong, cao và mát.

2 짝이 되어 세호와 대화해 봅시다.

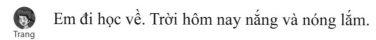

Se-ho Em đi đâu về à? Hôm nay thời tiết thế nào?

Trang Em đi học về. _____.

Se-ho Anh không thích trời nóng. Nên anh thích mùa thu nhất.

Trang _____?

Se-ho Vì vào mùa thu trời trong, cao và mát.

🎧 12-05

Mi-na　Trang ơi, chị muốn đi du lịch Thành phố Hồ Chí Minh mà không biết mùa nào tốt nhất.

Trang　TP. Hồ Chí Minh thì khác với Hà Nội, cả năm đều nóng.

Mi-na　Thế à? Khác như thế nào?

Trang　Hà Nội có 4 mùa như Hàn Quốc nhưng TP. Hồ Chí Minh chỉ có 2 mùa là mùa mưa và mùa khô thôi.

Mi-na　Nếu chị đi vào tháng 8 thì là mùa mưa hay mùa khô?

Trang　Tháng 8 thì là mùa mưa.

 khác 다르다 |
như ~처럼, ~같이 |
khô 건조하다

미나　짱, 나는 호찌민시로 여행가고 싶은데 어느 계절이 가장 좋니?

짱　호찌민시는 하노이와 다르게 일 년 내내 더워요.

미나　그래? 어떻게 다른데?

짱　하노이는 한국처럼 4계절이지만 호찌민시는 단지 우기와 건기의 두 계절 뿐이에요.

미나 ; 만약 8월에 간다면 우기야 건기야?

짱　8월이면 우기예요.

12-06

1 cả 전부

> **Cả năm đều nóng mà.** 일 년 내내 더워요.

○ cả는 전부를 의미하며 집합명사, 시간을 나타내는 명사나 수 앞에 사용됩니다.

> 예
> cả gia đình 가족 전체
> Tôi ở nhà cả ngày. 나는 하루 종일 집에 있었다.
>
> Ⓐ Em thích ăn cơm hay mì? 너는 밥을 좋아하니 면을 좋아하니?
> Ⓑ Em thích cả hai. 저는 둘 다 좋아해요.

> 단어 mì 면

2 chỉ ~ thôi

> **TP. Hồ Chí Minh chỉ có 2 mùa là mùa mưa và mùa khô thôi.** 호찌민시는 단지 건기와 우기의 두 계절뿐이에요.

○ chỉ ~ thôi는 '겨우/단지/오직 ~일 뿐이다/~만 있다/~밖에 없다'라는 뜻으로 chỉ와 thôi를 함께 쓰거나 이 중 하나만 쓸 수도 있습니다.

> 예
> Tối qua, tôi chỉ ngủ 3 tiếng thôi. 어제 저녁에 나는 3시간 밖에 자지 못했어.
> Từ nhà mình đến đó chỉ mất 5 phút thôi. 우리 집에서 거기까지 겨우 5분밖에 안 걸려.
> Anh ấy có một con trai thôi. 그는 아들 하나뿐이야.
> Đây là việc của mình thôi. 이것은 내 일일 뿐이야.

> 단어 tối qua 어제 저녁 | tiếng 시간, 소리 | mất 걸리다, 소요하다, 잃어버리다 | con trai 아들

3 · nếu A thì B

> ### Nếu chị đi vào tháng 8 thì là mùa mưa hay mùa khô?
> 만약 8월에 간다면 우기야 건기야?

◉ nếu A thì B는 가정이나 조건을 표현하는 상관어구로 '만약 A하면 B하다'의 의미입니다. B nếu A의 형태로도 쓸 수 있으며, A와 B의 주어가 같을 경우 하나를 생략하기도 합니다.

예	
	Nếu trời mưa thì tôi sẽ không đi chơi. 만약 비가 오면 나는 놀러 가지 않을 거야. = Tôi sẽ không đi chơi nếu trời mưa. Nếu chị mệt thì chị nên nghỉ. 만약 누나/언니가 피곤하면 쉬는 게 좋아요. = Nếu mệt thì chị nên nghỉ. = Nếu chị mệt thì nên nghỉ.

단어 đi chơi 놀러가다 | mệt 피곤하다

🎧 12-07

1

<u>Tôi chỉ mua</u> 2 <u>quyển sách</u> thôi. 나는 단지 책 2권만 샀다.
    (a)   (b)

	(a)	(b)
(1)	Chị	học 2 tiếng
(2)	Anh	nghỉ một chút
(3)	Chúng tôi	muốn gặp anh ấy

단어   một chút 잠시

2

Nếu <u>trời đẹp</u> thì anh <u>sẽ đi chơi</u>. 만약 날씨가 좋다면 나는 놀러 갈 거야.
       (a)   (b)

= Anh <u>sẽ đi chơi</u> nếu <u>trời đẹp</u>.
        (b)   (a)

	(a)	(b)
(1)	có thời gian	đi thăm nhà em
(2)	gặp anh ấy	gửi lời cảm ơn
(3)	có tiền	sẽ mua cái áo đó

단어   thăm 방문하다 | lời 말

12–08

1 잘 듣고 소리 내어 따라하세요.

> **Mi-na**: Trang ơi, chị muốn đi du lịch Thành phố Hồ Chí Minh mà không biết mùa nào tốt nhất.
>
> **Trang**: TP. Hồ Chí Minh thì khác với Hà Nội, cả năm đều nóng.
>
> **Mi-na**: Thế à? Khác như thế nào?
>
> **Trang**: Hà Nội có 4 mùa như Hàn Quốc nhưng TP. Hồ Chí Minh chỉ có 2 mùa là mùa mưa và mùa khô thôi.
>
> **Mi-na**: Nếu chị đi vào tháng 8 thì là mùa mưa hay mùa khô?
>
> **Trang**: Tháng 8 thì là mùa mưa.

2 짱이 되어 미나와 대화해 봅시다.

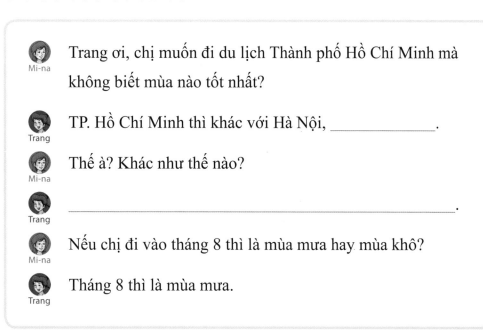

> **Mi-na**: Trang ơi, chị muốn đi du lịch Thành phố Hồ Chí Minh mà không biết mùa nào tốt nhất?
>
> **Trang**: TP. Hồ Chí Minh thì khác với Hà Nội, _____.
>
> **Mi-na**: Thế à? Khác như thế nào?
>
> **Trang**: _____.
>
> **Mi-na**: Nếu chị đi vào tháng 8 thì là mùa mưa hay mùa khô?
>
> **Trang**: Tháng 8 thì là mùa mưa.

Bài 12 Hôm nay thời tiết thế nào? 201

● 베트남의 계절

mùa xuân
봄

mùa hè
여름

mùa thu
가을

mùa đông
겨울

mùa mưa
우기

mùa khô
건기

● 날씨 관련 표현

Thứ 2 25/06	Thứ 3 26/06	Thứ 4 27/06	Thứ 5 28/06
Ngày nắng, tối có lúc có mưa, đêm không mưa	Ngày có mây, tối có mưa ở vài nơi	Ngày có mưa nhiều, đêm không mưa	Ngày nắng, tối có gió nhẹ, không mưa

❶ 빈칸에 들어갈 적당한 말을 쓰세요.

> Trang: Ngày mai _____ thế nào?
>
> Se-ho: Ngày mai _____ sẽ mưa.

❷ 빈칸에 들어갈 적당한 말을 쓰세요.

> Se-ho: Bạn có mấy cái bút? Bạn có thể cho mình mượn được không?
>
> Trang: Xin lỗi. Mình _____ có 1 cái bút _____.

❸ 대화를 이해한 내용으로 알맞은 것을 <보기>에서 고르세요.

> Mi-na: Trang ơi, thời tiết Thành phố Hồ Chí Minh thế nào?
>
> Trang: TP. Hồ Chí Minh thì khác với Hà Nội, cả năm đều nóng.
>
> Mi-na: Thế à? Khác như thế nào?
>
> Trang: Hà Nội có 4 mùa như Hàn Quốc nhưng TP. Hồ Chí Minh chỉ có 2 mùa là mùa mưa và mùa khô thôi.

보기 a. 하노이는 4계절을 갖는다.

   b. 호찌민시에는 건기와 우기가 있다.

   c. 호찌민시와 하노이의 날씨는 같다.

   d. 호찌민시는 한국의 날씨와 유사하다.

○ 날씨 표현

A: Hôm nay thời tiết/trời thế nào? 오늘 날씨 어때?

B: Hôm nay thời tiết/trời đẹp lắm. 오늘 날씨는 매우 좋아.

Trời nắng.
햇빛이 비치다.

Trời có mây.
구름이 끼다.

Trời mưa.
비가 오다.

Trời có tuyết.
눈이 오다.

Trời ấm.
날씨가 따뜻하다.

Trời nóng.
날씨가 덥다.

Trời mát.
날씨가 시원하다.

Trời lạnh.
날씨가 춥다.

 단어 mây 구름 | ấm 따뜻하다 | gió 바람 | sương mù 안개

○ 베트남의 기후

베트남의 기후는 열대몬순기후이고, 베트남의 남부와 북부 두 지역의 날씨는 매우 달라요. 베트남 북부는 한국처럼 춘(春), 하(夏), 추(秋), 동(冬)의 4계절을 갖지만, 베트남 남부는 우기와 건기인 2계절만 갖지요. 우기는 보통 5월부터 시작되어 11월까지이며 매우 덥고 습하며 기온이 높고 비가 많이 내려요. 건기는 12월부터 이듬 해 4월까지로, 건조하지만 시원하며 기온이 적당하고 비가 적게 내려요.

사빠는 베트남의 북서부에 고지대에 위치한 관광지로, 풍경이 아름답고 평균 기온은 대략 15℃로 늘 시원하기 때문에 무더운 여름을 피해 많은 국내 외의 관광객들이 몰려들어요. 최근 몇 년간 겨울에 사빠에 꽤 많은 눈이 내리면서 눈 내린 사빠의 아름다운 경관을 보기 위해 방문하는 이들도 부쩍 늘어나고 있어요.

Bài 13
Anh bị làm sao thế?

학습내용

1 질병 관련 표현 사용

2 증상을 묻고 답하는 표현

3 금지 표현

4 권유, 권고의 표현

5 신체 부위의 명칭

학습목표

1. 증상을 묻고 답할 수 있다.

2. 진료와 관련된 표현을 알 수 있다.

3. 신체 부위 명칭을 알 수 있다.

Trang   Anh ơi, anh bị làm sao thế?

Se-ho   Anh bị đau họng từ tối qua và bây giờ bị sốt đến 39°C.

Trang   Anh đã đi gặp bác sĩ chưa?

Se-ho   Chưa. Anh chỉ uống thuốc thôi. Nhưng lát nữa anh sẽ đi bệnh viện.

Trang   Chúc anh sớm khỏi bệnh.

Se-ho   Ừ. cảm ơn em.

단어   bị (안 좋은 일을) 당하다 |

đau 아프다 |

họng 목(인후) |

sốt 열나다 |

uống thuốc 약을 먹다 |

lát nữa 조금 뒤에 |

khỏi 회복하다

짱   오빠, 어디가 안 좋아요?

세호   어제 저녁부터 목이 아프고 지금은 열이 39도까지 올랐어.

짱   의사를 만나 봤어요(병원에 가봤어요)?

세호   아직. 그냥 약만 먹었어. 그런데 조금 뒤에 병원에 가 보려고.

짱   빨리 낫기를 바라요.

세호   응. 고마워.

문법·표현 ①

1 상태 표현

> ## Anh bị làm sao thế? 오빠 어디가 안 좋아요?

- 상대방의 좋지 않은 상황, 상태에 처한 것에 대해 쓰는 bị와 '왜, 어떻게'의 의미인 sao를 활용하여 '대상 + bị (làm) sao thế/vậy?'등으로 쓸 수 있어요.
  '대상 + bị đau ở đâu?'(어디가 아파요?), 또는 '대상 + thấy trong người thế nào?'의 형태로 상대의 몸 상태를 물을 수도 있어요.

예	Ⓐ Em bị sao thế/vậy? 너 어디가 안 좋니?
	= Em bị đau ở đâu?
	= Em thấy trong người thế nào?
	Ⓑ Em bị cảm. 저는 감기에 걸렸어요?

> 단어   người 사람, 몸, 신체

2 범위 표현

> ## Anh bị đau họng từ tối qua và bây giờ bị sốt đến 39°C.
> 어제 저녁부터 목이 아프고 지금은 열이 39도까지 올랐어.

- đến은 '~까지/~이나'의 범위의 의미로도 사용되며, '심지어 ~까지/~에 이르다'의 의미로 강조 표현으로도 사용돼요.

예	Nhiệt độ hôm nay lên đến 40°C. 오늘 온도가 40도까지 올랐다.
	Có đến 500 người đến xem. 500명이나 와서 보았다.

> 단어   nhiệt độ 온도 | lên 오르다

3 uống thuốc 약을 먹다

> ## Anh chỉ uống thuốc thôi. 그냥 약만 먹었어.

- 약을 먹다는 'ăn(먹다)'이 아니라 'uống(마시다)'을 주로 사용해요. 'dùng(드시다, 사용하다)'을 사용하기도 해요.

> 예
> **A** Bạn đã uống thuốc chưa? 너 약 먹었니?
> **B** Rồi. Mình đã uống rồi. 응, 나 이미 먹었어.
>
> Trong khi dùng thuốc xin đừng uống rượu. 약을 먹는 중에는 술을 마시지 마세요.

> 단어 rượu 술

4 기원, 축하 표현

> ## Chúc anh khỏi bệnh. 빨리 낫기를 바라요.

- chúc은 '기원하다, ~을 바라다'의 의미예요.

> 예
> Chúc sức khoẻ. 건강을 바라다. 건강을 위하여.
> Chúc em ăn ngon. 맛있게 먹기를 바라.

🎧 13-03

1

Ⓐ <u>Em</u> bị làm sao thế?
(a)

너 어디가 안 좋니?

Ⓑ <u>Em</u> bị <u>đau đầu</u>.
(a)   (b)

저 머리가 아파요.

	(a)	(b)
(1)	Anh	ốm nặng
(2)	Chị	sốt cao
(3)	Chú	đau bụng
(4)	Cháu	đau chân

단어   ốm 아프다 | bụng 배 | chân 다리

2

Chúc <u>mẹ</u> <u>ngủ ngon</u>. 안녕히 주무세요. 엄마.
(a)   (b)

	(a)	(b)
(1)	anh	khoẻ mạnh
(2)	em	hạnh phúc
(3)	ngày sinh nhật	vui vẻ

단어   khoẻ mạnh 건강하다 | hạnh phúc 행복하다 | sinh nhật 생일 | vui vẻ 즐겁다

 13-04

1 잘 듣고 소리 내어 따라하세요.

Trang Anh ơi, anh bị làm sao thế?

Se-ho Anh bị đau họng từ tối qua và bây giờ bị sốt đến 39°C.

Trang Anh đã đi gặp bác sĩ chưa?

Se-ho Chưa. Anh chỉ uống thuốc thôi. Nhưng lát nữa anh sẽ đi bệnh viện.

Trang Chúc anh sớm khỏi bệnh.

Se-ho Ừ. cảm ơn em.

2 세호가 되어 짱과 대화해 봅시다.

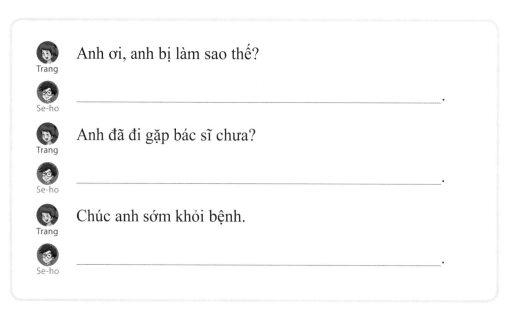

Trang Anh ơi, anh bị làm sao thế?

Se-ho _____.

Trang Anh đã đi gặp bác sĩ chưa?

Se-ho _____.

Trang Chúc anh sớm khỏi bệnh.

Se-ho _____.

회화 2

 13-05

Bác sĩ   Chào anh. Anh bị đau họng và bị sốt, đúng không ạ? Để tôi khám bệnh cho.

Se-ho   Thế nào? Có nặng không ạ?

Bác sĩ   Anh bị cảm rồi nhưng không nặng lắm. Đừng lo nhé. Nhưng mặt anh trông mệt quá. Anh nên nghỉ nhé.

Se-ho   Dạo này, tôi có nhiều việc làm nên đã không nghỉ được ạ.

Bác sĩ   Anh uống thuốc 2 đến 3 ngày nhé. Uống nhiều nước và nghỉ thì sẽ khỏi.

Se-ho   Dạ, cảm ơn bác sĩ.

단어   khám 진찰하다 | bệnh 병 | cảm 감기 | nặng 무겁다, 중하다 | đừng ~하지 마세요 | lo 걱정하다 | mặt 얼굴 | trông 보다, 보살피다 | uống thuốc 약을 먹다

의사   안녕하세요. 목이 아프고 열이 난다구요. 제가 진찰해볼게요.

세호   어떤가요? 심한가요?

의사   감기인데 그리 심하지 않아요. 걱정 마세요. 그런데 얼굴이 너무 지쳐 보여요. 쉬면 좋겠어요.

세호   요새 일이 많아서 쉴 수가 없었어요.

의사   약을 2~3일간 드세요. 물을 많이 드시고 쉬면 나을 겁니다.

세호   네, 감사합니다, 선생님.

문법·표현 2

1 Để의 표현

> **Để tôi khám bệnh cho.** 제가 진찰해볼게요.

○ để는 '두다', '~하기 위해서'등 여러 가지 의미로 쓰입니다.

예	Mình để sách trên bàn. 내가 책을 책상위에 두었다.
	Bạn học tiếng Việt để làm gì? 너는 무엇을 하기 위해 베트남어를 공부하니?

○ 여기서 'để + 대상 + 동사'는 '대상을 동사하게 두다'의 의미입니다. 대상이 1인칭일 경우 '나를 (동사)하게 두세요, 내가 (동사)할게(요)'라는 의미로 쓰입니다.

예	Để tôi đi một mình. 나 혼자 가게 둬.
	Để em mời chị ăn cơm nhé. 제가 누나/언니를 식사에 초대하게 해주세요.

단어 mời 초대하다

214

2 **Trông의 표현**

> Nhưng mặt anh trông mệt quá. 그런데 얼굴이 너무 지쳐 보여요.

○ trông은 '보다, 돌보다'의 뜻으로, '대상 + trông + 형용사' 또는 'trông + 대상 + 형용사'
의 형태로 쓰이며 '대상이 ~해 보이다 / ~하게 보이다'의 의미로 쓰입니다.

> 예 Anh ấy trông rất nhiều tuổi. 그는 나이가 훨씬 들어 보인다.
> Chị ấy trông như thế nào? 그녀는 어떤 것처럼 보이니?
> Anh phải về nhà sớm vì phải trông em trai anh.
> 내 남동생을 돌봐야 해서 빨리 집으로 돌아가야 해.

단어 em trai 남동생

3 **nên의 표현**

> Ⓐ Anh nên nghỉ nhé. 쉬면 좋겠어요.
> Ⓑ Dạo này, tôi có nhiều việc làm nên đã không nghỉ
> được ạ. 요새 일이 많아서 쉴 수가 없었어요.

○ 'nên + 동사'는 '~하는 게 좋다/낫다'의 의미로 권유의 표현으로 쓰입니다. 부정의 경우에
는 앞에 không을 붙여 'không nên + 동사'의 형태로 씁니다.

> 예 Dạo này, bạn hay bị ốm. Bạn nên tập thể dục nhiều.
> 요새 너 자주 아프네. 운동을 많이 하는 게 좋겠어.
> Em tăng cân rồi. Em nên ăn ít. 살이 쪘어요. 적게 먹는 게 좋겠어요.

단어 tập thể dục 운동하다 | tăng 오르다, 증가하다

🎧 13-07

1

Để <u>tôi</u> <u>làm bài tập đã</u>.
　　(a)　　　　　(b)

나로 하여금 숙제를 마치게 해줘(나 숙제 끝낼게.)

	(a)	(b)
(1)	em	ăn cơm đã
(2)	con	tự chọn
(3)	anh	ở một mình

단어　**tự** 스스로 | **chọn** 선택하다

2

<u>Em</u> nên <u>gọi điện cho mẹ em nhiều</u>.
　(a)　　　　　　　(b)

너는 너희 어머니께 전화를 자주 하는 게 좋아.

	(a)	(b)
(1)	Anh	học chăm chỉ hơn
(2)	Chị	mang áo mưa
(3)	Cháu	đánh răng

단어　**gọi điện** 전화하다 | **chăm chỉ** 열심히 | **đánh răng** 이를 닦다

회화연습 ②

1 잘 듣고 소리 내어 따라하세요.

> **Bác sĩ**
> Chào anh. Anh bị đau họng và bị sốt, đúng không ạ?
> Để tôi khám bệnh cho.
>
> **Se-ho**
> Thế nào? Có nặng không ạ?
>
> **Bác sĩ**
> Anh bị cảm rồi nhưng không nặng lắm. Đừng lo nhé.
> Nhưng mặt anh trông mệt quá. Anh nên nghỉ nhé.
>
> **Se-ho**
> Dạo này, tôi có nhiều việc làm nên đã không nghỉ được ạ.
>
> **Bác sĩ**
> Anh uống thuốc 2 đến 3 ngày nhé. Uống nhiều nước và
> nghỉ thì sẽ khỏi.
>
> **Se-ho**
> Dạ, cảm ơn bác sĩ.

2 읽고 한국어로 표현된 부분을 베트남어로 번역해 보세요.

> **Bác sĩ**
> Chào anh. Anh bị đau họng và bị sốt, đúng không ạ?
> 제가 진찰해 볼게요.
>
> **Se-ho**
> Thế nào? Có nặng không ạ?
>
> **Bác sĩ**
> Anh bị cảm rồi nhưng không nặng lắm. 걱정 마세요.
> Nhưng mặt anh trông mệt quá. 쉬면 좋겠어요.
>
> **Se-ho**
> Dạo này, tôi có nhiều việc làm nên đã không nghỉ được ạ.
>
> **Bác sĩ**
> Anh uống thuốc 2 đến 3 ngày nhé. 물을 많이 드시고 쉬면 나을 겁니다.
>
> **Se-ho**
> Dạ, cảm ơn bác sĩ.

🔵 주요 증상 표현

bị đau + 신체 부위	bị đau/nhức đầu	bị đau bụng	bị đau/nhức răng
~이/가 아프다	머리가 아프다/욱신거리다	배가 아프다	이가 아프다/욱신거리다

bị ốm/bệnh
아프다(병에 걸리다)

- bị cảm (nặng)
  (심한) 감기에 걸리다
- bị cảm (nhẹ)
  (가벼운) 감기에 걸리다

- bị ho (nặng)
  기침을 (심하게) 하다
- bị ho (nhẹ)
  기침을 (약하게) 하다

- bị sốt (cao)
  (고)열이 나다
- bị sốt (nhẹ)
  (미)열이 나다

🔵 사고 표현

bị tai nạn	사고가 나다
gọi xe cấp cứu	구급차를 부르다
bị thương ở chân	다리를 다치다
bị gãy tay	팔이 부러지다
chữa bệnh	병을 고치다
nằm viện	입원하다

1 빈칸에 들어갈 적당한 말을 쓰세요.

> Trang: _____?
>
> Se-ho: Anh bị đau bụng.
>
> Trang: Anh nên uống thuốc.

2 빈칸에 들어갈 적당한 말을 쓰세요.

> Se-ho: Em bị sốt và đau họng ạ.
>
> Bác sĩ: _____.
>
> Se-ho: Em có bị nặng không ạ?

3 대화의 내용과 일치하는 것을 〈보기〉에서 고르세요.

> Bác sĩ: Chào anh. Anh bị đau họng và bị sốt, đúng không ạ?
>   Để tôi khám bệnh cho.
>
> Se-ho: Thế nào? Có nặng không ạ?
>
> Bác sĩ: Anh bị cảm rồi nhưng không nặng lắm. Anh uống thuốc
>   2 đến 3 ngày nhé. Uống nhiều nước và nghỉ thì sẽ khỏi.
>
> Se-ho: Dạ, cảm ơn bác sĩ.

보기
  a. 세호는 열이 났다.
  b. 세호는 배가 아프다.
  c. 의사가 일주일치 약을 처방했다.
  d. 의사는 세호에게 물을 많이 마시라 했다.

신체부위

mắt 눈

tóc 머리카락 / đầu 머리

miệng 입

cổ 목

bụng 배

bàn chân 발

mũi 코

tai 귀

tay 팔

bàn tay 손

chân 다리

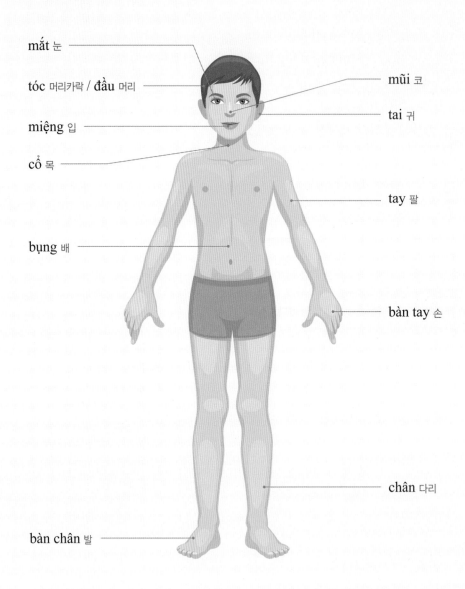

220

○ 베트남의 의료분야

베트남의 의료 서비스는 점차 발전하고 있어요. 또한 베트남에는 현재 베-독, 베-한, 베-불과 같은 여러 외국 합작 병원들도 있지요. 외국 병원의 경우, 진료비가 높은 편이지만 수준 높은 의료 서비스를 제공한다는 점에서 많은 환자들이 방문하고 있어요.

매년 2월 27일은 '베트남 의사의 날'이에요. 베트남에서 의사는 bác sĩ(博士)라고 부르지만 다른 말로 thầy thuốc이라고도 해요.

베트남은 또한 전통적인 민간 치료법도 발달했는데, 감기를 고치기 위해 은을 사용하는 방법이나 잎을 다린 물에서 나오는 김을 들이마시는 방법 등은 여전히 사용되고 있어요.

베트남에도 응급번호가 있는데 경찰서는 113, 소방서는 114, 구급차는 115로 연락하면 되고, 이외에도 1080을 통해 다양한 정보들을 물어볼 수 있어요.

정답

Bài 2

문형연습 ① p.30

1

(1) Chào anh. (안녕하세요, 형/오빠.)

Chào em. (안녕, 동생)

(2) Chào mẹ. (안녕하세요, 어머니.)

Chào con. (안녕, 자녀.)

(3) Chào ông. (안녕하세요, 할아버지.)

Chào cháu. (안녕, 손주.)

2

(1) Bố có đi không? (아버지 가세요?)

(2) Em có ăn cơm không? (동생 밥 먹니?)

(3) Mi-na có đẹp không? (미나는 예쁘니?)

회화연습 ① p.31

2

Chào em / Em khoẻ không

Ừ / Anh cũng khoẻ

문형연습 ② p.35

1

(1) A : Cháu có khoẻ không?
(손주/조카 건강하니?)

B : Vâng. Cháu khoẻ ạ
(예. 저는 건강합니다.)

(2) A : Chị có khoẻ không ạ?
(누나/언니 건강하세요?)

B : Ừ. Chị khoẻ (응. 누나/언니는 건강해)

(3) A : Cô có khoẻ không ạ?
(고모 건강하세요?)

B : Ừ. Cô khoẻ (응. 고모는 건강해)

(4) A : Con có khoẻ không?
(너(자녀) 건강하니?)

B : Vâng. Con khoẻ ạ
(예. 저(자녀) 건강해요)

2

(1) Còn em thế nào? (그런데 동생은 어떠니?)

(2) Còn cháu thế nào? (그런데 손주는 어떠니?)

(3) Còn cháu thế nào? (그런데 조카는 어떠니?)

(4) Còn cháu thế nào? (그런데 조카는 어떠니?)

회화연습 ② p.36

2

Chào chị / Chị có khoẻ không ạ

Cảm ơn chị / Em bình thường ạ

Chào chị ạ

정리하기 ② p.38

①

(1) cháu

(2) cháu

(3) con

(4) em

(5) anh/chị

(6) bố/mẹ

②

(1) a, d

(2) b, c

Bài 3

문형연습 ❶ p.46

1

(1) Tên của em

Tên em

Em tên

Em

2

(1) Em cũng rất vui được gặp chị.
(저(동생)도 누나/언니를 만나게 되어 매우 반갑습니다.)

(2) Ông cũng rất vui được gặp cháu.
(할아버지도 너(손주)를 만나게 되어 매우 반가워.)

(3) Cháu cũng rất vui được gặp bác.
(저(조카)도 큰아버지/큰어머니를 만나게 되어 매우 반갑습니다.)

회화연습 ❶ p.47

2

Chào chị / Xin lỗi, tên của chị là gì
Tôi tên là Se-ho / Tôi cũng rất vui được gặp chị

문형연습 ❷ p.51

1

(1) Chị Hoa ơi, đây là em trai của em.
(호아 누나/언니, 이쪽은 저의 남동생이에요.)

(2) Bố ơi, đây là bạn gái của con.
(아버지, 이쪽은 저의 여자 친구예요.)

(3) Ông ơi, đây là bạn trai của cháu.
(할아버지, 이쪽은 저의 남자 친구예요.)

2

(1) A : Chị Hoa ơi, đây là em trai của em.
(호아 누나/언니, 이쪽은 저의 남동생이에요.)

B : Chào em. (안녕, 동생)

(2) A : Bố ơi, đây là bạn gái của con.
(아버지, 이쪽은 저의 여자 친구예요.)

B : Chào cháu. (안녕, 조카.)

(3) A : Ông ơi, đây là bạn trai của cháu.
(할아버지, 이쪽은 저의 남자 친구예요.)

B : Chào cháu. (안녕, 손주.)

(4) A : Em ơi, đây là con gái của chị.
(얘(동생), 이쪽은 누나/언니의 딸이야.)

B : Chào cháu. (안녕, 조카.)

회화연습 ❷ p.52

2

Chào em / Anh là Se-ho
Tên của anh là Se-ho

정리하기 ❷ p.54

❶

(b) Tên của em

(c) rất vui

❷

b, c, d
(A가 B를 anh이라고 부르고, 스스로를 em이라고 했기 때문에, A가 B의 손아래 사람으로 볼 수 있다.)

Bài 4

문형연습 ❶ p.62

1

(1) A : Anh là người nước nào?
(형은/오빠는 어느 나라 사람이에요?)

B : Anh là người Hàn Quốc.
(나는 한국 사람이야.)

(2) A : Chị là người nước nào?
(누나/언니는 어느 나라 사람이에요?)

B : Chị là người Mĩ.
(나는 미국 사람이야.)

(3) A : Chú là người nước nào?
(아저씨는 어느 나라 사람이에요?)

B : Chú là người Trung Quốc.
(나는 중국 사람이야.)

(4) A : Cháu là người nước nào?
(너는 어느 나라 사람이니?)

B : Cháu là người Anh.
(저는 영국 사람이에요.)

2

(1) A : Anh là giáo sư, phải không?
(형은/오빠는 교수가 맞나요?)

B : 맞아. Anh là giáo sư.
(나는 교수야.)

(2) A : Anh là giám đốc, phải không?
(형은/오빠는 사장이 맞나요?)

B : 아니야. Anh không phải là giám đốc.
(나는 사장이 아니야.)

(3) A : Anh là bạn trai của Thuý, phải không?
(형은/오빠는 투이의 남자 친구가 맞나요?)

B : 맞아. Anh là bạn trai của Thuý.
(나는 투이의 남자 친구야.)

회화연습 ❶ p.63

2

Em là người nước nào
Không phải / Anh là người Hàn Quốc
Cảm ơn em

문형연습 ❷ p.68

1

(1) Em xin giới thiệu trường em.
(제 학교를 소개하겠습니다.)

(2) Tôi xin giới thiệu bố mẹ tôi.
(나의 부모님을 소개하겠습니다.)

(3) Em xin giới thiệu công ti em.
(제 회사를 소개하겠습니다.)

2

(1) A : Anh làm nghề gì?
(형은/오빠는 직업이 뭐예요?)

B : Anh là giám đốc.
(나는 사장이야.)

(2) A : Chị làm nghề gì?
(누나/언니는 직업이 뭐예요?)

B : Chị là bác sĩ.
(나는 의사야.)

(3) A : Cháu làm nghề gì?
(너는 직업이 뭐니?)

B : Cháu là y tá.
(저는 간호사예요.)

(4) A : Chị Trang làm nghề gì?
(짱 누나/언니는 직업이 뭐예요?)

B : Chị Trang là giáo viên.
(짱 누나/언니는 교사예요.)

회화연습 ❷ p.69

2

xin giới thiệu gia đình tôi

có bốn người

Mẹ tôi là bác sĩ

rất yêu tôi

Khoa Tiếng Hàn, Trường Đại học Hà Nội

là giáo viên

정리하기 ❷ p.71

❶

Em là người nước nào

❷

Anh là người Hàn Quốc, phải không

❸

a, d

Bài 5

문형연습 ❶ p.80

1

(1) A : Em làm việc ở đâu?
(너는 어디에서 일하니?)

B : Em làm việc ở Thành phố Hồ Chí Minh. (저는 호찌민시에서 일해요.)

(2) A : Em học tiếng Việt ở đâu?
(너는 어디에서 베트남어를 공부하니?)

B : Em học tiếng Việt ở trường em.
(저는 제 학교에서 베트남어를 공부해요.)

(3) A : Em ăn cơm ở đâu?
(너는 어디에서 밥을 먹니?)

B : Em ăn cơm ở nhà.
(저는 집에서 밥을 먹어요.)

(4) A : Em đọc sách ở đâu?
(너는 어디에서 책을 읽니?)

B : Em đọc sách ở thư viện.
(저는 도서관에서 책을 읽어요.)

2

(1) Vì tôi mệt nên tôi nghỉ.
(나는 피곤하니까 쉰다.)

(2) Vì tôi thích Trang nên tôi muốn gặp Trang.
(나는 짱을 좋아하니까 짱을 만나고 싶다.)

(3) Vì tôi khoẻ nên tôi làm việc chăm chỉ.
(나는 건강해서 열심히 일한다.)

(4) Vì tôi sẽ đi Việt Nam nên tôi đang học tiếng Việt.
(나는 베트남에 갈 거라서 베트남어를 공부하고 있다.)

회화연습 ❶ p.81

2

Em sống ở đâu

Nhà anh ở Seoul / Nhưng vì anh đang làm việc ở công ti Hàn Quốc tại Hà Nội nên thuê nhà ở đây

Anh sống với vợ, một con gái và một con trai

문형연습 ❷ p.86

1

(1) Em ấy vừa vui vừa buồn.
(그 애는 기쁘면서 슬프다.)

(2) Em ấy vừa nói tiếng Việt vừa nói tiếng Anh.
(그 애는 베트남어를 말하면서 영어를 말한다.)

(3) Em ấy vừa đọc sách vừa nghe nhạc.
(그 애는 책을 읽으면서 음악을 듣는다.)

(4) Em ấy vừa là sinh viên vừa là ca sĩ.
(그 애는 대학생이면서 가수이다.)

2

(1) A : Anh Hùng bao nhiêu tuổi?
(훙 형은/오빠는 몇 살이에요?)

B : Anh Hùng hai mươi bảy tuổi.
(훙 형은/오빠는 27살이에요.)

(2) A : Bố em bao nhiêu tuổi?
(네 아버지는 연세가 어떻게 되시니?)

B : Bố em sáu mươi lăm tuổi.
(제 아버지는 65세예요.)

(3) A : Cháu bao nhiêu tuổi?
(너는 몇 살이니?)

B : Cháu mười tám tuổi.
(저는 18살이에요.)

(4) A : Con gái của chị bao nhiêu tuổi?
(누나/언니의 딸은 몇 살이에요?)

B : Con gái của chị ba mươi mốt tuổi.
(누나/언니의 딸은 31살이야.)

회화연습 ❷ p.87

2

Em gái của em đẹp quá nhỉ

Em ấy bao nhiêu tuổi

정리하기 ❷ p.89

❶

Nhà em ở đâu

❷

Chị bao nhiêu tuổi

❸

⑤

❹

Em ấy vừa đẹp vừa thông minh

정리하기 ❸ p.90

❶

Anh sống với ai

❷

nhà anh ở đâu

❸

⑤

❹

Vì anh đang làm việc ở công ti Hàn Quốc tại Hà Nội nên thuê nhà ở đây.

Bài 6

문형연습 ❶ p.98

1

(1) A : Em ăn phở này, được không?
(제가 이 퍼를 먹어도 돼요?)

(2) A : Chúng ta đi chơi, được không?
(우리 놀러 가도 돼?)

(3) A : Em nói tiếng Việt, được không?
(제가 베트남어 말해도 돼요?)

(4) A : Anh giúp em một chút, được không?
(형은/오빠는 저 좀 도와줄 수 있어요?)

2

(1) B : Bây giờ là tám giờ rưỡi tối.
(지금은 저녁 8시 반이에요.)

(2) B : Bây giờ là sáu giờ mười phút sáng.
(지금은 아침 6시 10분이에요.)

(3) B : Bây giờ là bốn giờ ba mươi phút chiều.
(지금은 오후 4시 30분이에요.)

(4) B : Bây giờ là mười hai giờ kém mười lăm phút.
(지금은 12시 15분 전이에요.)

회화연습 ❶ p.99

2

Được chứ / Mấy giờ chúng ta đi
Bây giờ là bốn giờ
Ừ

문형연습 ❷ p.104

1

(1) A : Hôm kia là ngày bao nhiêu?
(그저께는 며칠이에요?)

  B : Hôm kia là ngày 11.
(그저께는 11일이에요.)

(2) A : Hôm qua là ngày bao nhiêu?
(어제는 며칠이에요?)

  B : Hôm qua là ngày 12.
(어제는 12일이에요.)

(3) A : Ngày mai là ngày bao nhiêu?
(내일은 며칠이에요?)

  B : Ngày mai là ngày 14.
(내일은 14일이에요.)

(4) A : Ngày kia là ngày bao nhiêu?
(모레는 며칠이에요?)

  B : Ngày kia là ngày 15.
(모레는 15일이에요.)

2

(1) A : Hôm kia là thứ mấy?
(그저께는 무슨 요일이에요?)

  B : Hôm kia là thứ năm.
(그저께는 목요일이에요.)

(2) A : Hôm qua là thứ mấy?
(어제는 무슨 요일이에요?)

  B : Hôm qua là thứ sáu.
(어제는 금요일이에요.)

(3) A : Ngày mai là thứ mấy?
(내일은 무슨 요일이에요?)

  B : Ngày mai là chủ nhật.
(내일은 일요일이에요.)

(4) A : Ngày kia là thứ mấy?
(모레는 무슨 요일이에요?)

  B : Ngày kia là thứ hai.
(모레는 월요일이에요.)

회화연습 ❷ p.105

2

ngày 13 tháng 5
Một tuần sau
thứ sáu
định đi mua quà
Cả gia đình tôi

정리하기 ❷ p.107

❶

Chúng ta cùng đi nhé.

❷

Chúng tôi sẽ bắt đầu học từ 5 giờ.

❸

Em đọc trong 18 ngày.

❹

Em sẽ đọc đến ngày 18.

Bài 7

문형연습 ❶ p.115

1

(1) Cái này là cái bút.
(이것은 펜이에요.)

(2) Con kia là con voi.
(저것은 코끼리예요.)

(3) Quả đó là quả xoài.
(그것은 망고예요.)

2

(1) A : Cái áo này bao nhiêu tiền?
(이 옷은 얼마예요?)

  B : 100 nghìn đồng.
(10만 동이에요.)

(2) A : Một con cá bao nhiêu tiền?
(생선 한 마리에 얼마예요?)

  B : 20 nghìn đồng.
(2만 동이에요.)

(3) A : Chiếc xe đạp kia bao nhiêu tiền?
(저 자전거는 얼마예요?)

  B : Một triệu đồng.
(백만 동이에요.)

회화연습 ❶ p.116

2

quả này là quả gì
bao nhiêu tiền
Sao đắt thế

문형연습 ❷ p.120

1

(1) Em đi ngủ đi. (너는 가서 자렴.)

(2) Con dậy đi. (너는 일어나렴.)

(3) Cháu đi xe máy đi. (너는 오토바이로 가렴.)

2

(1) Tôi sửa xe đạp cho anh nhé.
(내가 자전거를 수리해 줄게요.)

(2) Tôi nấu phở ngon cho anh nhé.
(내가 맛있는 퍼를 요리해 줄게요.)

(3) Tôi dọn phòng cho anh nhé.
(내가 방을 청소해 줄게요.)

(4) Tôi tìm tài liệu này cho anh nhé.
(내가 이 자료를 찾아 줄게요.)

회화연습 ❷ p.121

2

giá bao nhiêu
bao nhiêu tiền
giảm giá một chút

정리하기 ➊   p.122

➊

Anh ơi, <u>cái</u> <u>mũ</u> <u>màu</u> <u>xanh</u> <u>này</u> bao nhiêu tiền?

➋
②

➌
③

정리하기 ➋   p.123

➊
②

➋
②

➌
1) Con chó ấy thế nào
2) Cái ghế này rất mới
3) Quyển sách đó không đắt

Bài 8

문형연습 ➊   p.130

1

(1) A : Chị đã có gia đình chưa?
(누나/언니는 결혼하셨어요?)

    B : Chưa. Chị chưa có gia đình.
(아직. 누나/언니는 아직 결혼 안 했어.)

(2) A : Chị đã xem phim này chưa?
(누나/언니는 이 영화 보셨어요?)

    B : Rồi. Chị đã xem phim này rồi.
(응. 누나/언니는 이 영화 봤어.)

(3) A : Chị đã làm bài tập chưa?
(누나/언니는 숙제하셨어요?)

    B : Chưa. Chị chưa làm bài tập.
(아직. 누나/언니는 숙제 아직 안 했어.)

2

(1) Hôm nay anh mời em đi xem phim nhé.
(오늘 형이/오빠가 너를 영화 보러 가도록 초대할게.)

(2) Hôm nay chị mời em đến nhà chị chơi nhé.
(오늘 누나/언니가 너를 우리 집에 놀러 오도록 초대할게.)

(3) Hôm nay tôi mời anh đi ăn bún chả nhé.
(오늘 내가 형을/오빠를 분짜 먹으러 가도록 초대할게요.)

회화연습 ➊   p.131

2

Chưa
thích quá / Chúng ta đi

문형연습 ➋   p.136

1

(1) Anh uống nước cam hay nước táo?
(오렌지 주스를 마셔요, 아니면 사과 주스를 마셔요?)

(2) Anh mua áo màu xanh hay áo màu đen?
(파란색 옷을 사요, 아니면 검은색 옷을 사요?)

(3) Anh xem phim hài hay phim hành
động?
(코미디 영화를 봐요, 아니면 액션 영화를 봐요?)

2

(1) Cho tôi cái quần này.
(이 바지를 주세요.)

(2) Cho tôi hai cốc cà phê sữa đá.
(아이스밀크 커피 두 잔 주세요.)

(3) Cho tôi ba quyển sách kia.
(저 책 세 권을 주세요.)

(4) Cho tôi bốn cân thịt lợn.
(돼지고기 4kg을 주세요.)

회화연습 ❷ p.137

2

cho tôi xem thực đơn

Cho tôi một bát phở

Cho tôi phở bò

정리하기 ❷ p.139

❶
②

❷
①

❸
③

정리하기 ❸ p.140

❶

1) Cho em cái bút này

2) Cho em xem thực đơn

3) Tôi sẽ gọi điện cho

❷

Anh ơi, tính tiền cho tôi.

Dạ vâng. Chị đợi một chút ạ.

Của chị là 300.000 đồng.

Cho tôi gửi tiền.

Cảm ơn chị.

Bài 9

문형연습 ❶ p.148

1

(1) A : Khi đi học, chị thường đi bằng
gì?
(공부하러 갈 때 누나/언니는 보통 무엇을 타고
가요?)

B : Chị thường đi bằng xe đạp điện.
(나는 보통 전동자전거를 타고 가.)

(2) A : Khi về quê, chị thường đi bằng
gì?
(고향에 갈 때 누나/언니는 보통 무엇을 타고
가요?)

B : Chị thường đi bằng tàu hoả.
(나는 보통 기차를 타고 가.)

(3) A : Khi đi Đà Lạt, chị thường đi
bằng gì?
(달랏에 갈 때 누나/언니는 보통 무엇을 타고
가요?)

B : Chị thường đi bằng máy bay.
(나는 보통 비행기를 타고 가.)

2

(1) Anh không đói à?
(형은/오빠는 배가 고프지 않아요?)

→ Không đói lắm.
(그다지 배가 고프지 않아요.)

(2) Chị không mệt à?
(누나/언니는 피곤하지 않아요?)

→ Không mệt lắm.
(그다지 피곤하지 않아.)

(3) Em học bài này không khó à?
(너는 이 과(내용)이 어렵지 않니?)

→ Không khó lắm.
(그다지 어렵지 않아요.)

회화연습 ❶ p.149

2

Chị thường đi bằng xe máy

Không sợ lắm

xe máy là phương tiện đi lại phổ biến

nhất

문형연습 ❷ p.153

1

(1) A : Em đã đi Thành phố Hồ Chí

Minh bao giờ chưa?
(너는 호찌민시에 가 본 적 있니?)

B : Rồi ạ. Em đi một lần rồi.
(네. 저는 한 번 가 봤어요.)

(2) A : Em đã ăn phở bò bao giờ chưa?
(너는 소고기 퍼를 먹어본 적 있니?)

B : Rồi ạ. Em ăn nhiều lần rồi.
(네. 저는 여러 번 먹어 봤어요.)

(3) A : Em đã mặc áo dài bao giờ chưa?
(너는 아오자이를 입어 본 적 있니?)

B : Rồi ạ. Em mặc một lần rồi.
(네. 저는 한 번 입어 봤어요.)

(4) A : Em đã lái xe ô tô bao giờ chưa?
(너는 자동차를 운전해 본 적 있니?)

B : Rồi ạ. Em lái nhiều lần rồi.
(네. 여러 번 운전해 봤어요.)

2

(1) Chị muốn làm gì?
(누나/언니는 무엇을 하고 싶어요?)

Chị muốn đi tập bóng đá
(나는 축구 연습하러 가고 싶어.)

(2) Anh muốn làm gì?
(형은/오빠는 무엇을 하고 싶어요?)

Anh muốn mua nhà mới
(나는 새 집을 사고 싶어.)

(3) Em muốn làm gì?
(너는 무엇을 하고 싶어?)

Em muốn đi xem phim
(저는 영화를 보러 가고 싶어요.)

(4) Chị muốn làm gì?
(누나/언니는 무엇을 하고 싶어요?)

Chị muốn đi du lịch khắp thế giới
(나는 세계 도처를 여행하고 싶어.)

회화연습 ❷ p.154

2

Chưa

Nhưng em muốn học lái

chị dạy cho em nhé

정리하기 ❷ p.156

❶

mùa hè

❷

(1) c, d

(2) b

Bài 10

문형연습 ❶ p.164

1

(1) A : Sở thích của em là gì?
　　　(너의 취미는 뭐야?)

　　 B : Sở thích của em là leo núi.
　　　(저의 취미는 등산이에요.)

(2) A : Sở thích của em là gì?
　　　(너의 취미는 뭐야?)

　　 B : Sở thích của em là vẽ tranh.
　　　(저의 취미는 그림 그리는 거예요.)

(3) A : Sở thích của em là gì?
　　　(너의 취미는 뭐야?)

　　 B : Sở thích của em là chụp ảnh.
　　　(저의 취미는 사진을 찍는 거예요.)

2

(1) Anh có biết Son Heung-min không?
　　(형은/오빠는 손흥민을 알아요?)

　　→ Biết chứ. Son Heung-min là cầu
　　　thủ bóng đá Hàn Quốc.
　　　(알고말고. 손흥민은 한국 축구 선수야.)

(2) Anh có biết ngày sinh nhật của Mi-
　　na không?
　　(형은/오빠는 미나의 생일날을 알아요?)

→ Biết chứ. Ngày sinh nhật của
　 Mi-na là ngày 15 tháng 5.
　 (알고말고. 미나의 생일은 5월 15일이야.)

(3) Anh có biết lái xe máy không?
　　(형은/오빠는 오토바이를 운전할 줄 알아요?)

　　→ Biết chứ. Anh học lái xe máy lâu
　　　rồi.
　　　(알고말고. 형은/오빠는 오토바이 운전을 배운
　　　지 오래됐어.)

회화연습 ❶ p.165

2

Sở thích của em là gì

em có biết cầu thủ bóng đá Hàn Quốc

Son Heung-min không

문형연습 ❷ p.169

1

(1) A : Khi rỗi, em thường đi mua sắm.
　　　Còn chị thì sao?
　　　(한가할 때, 저는 보통 쇼핑을 가요. 누나/언니
　　　는 어떤가요?)

　　 B : Chị thì thường đi chụp ảnh.
　　　(나는 보통 사진을 찍으러 가.)

(2) A : Khi rỗi, em thường tập thể dục.
　　　Còn chị thì sao?
　　　(한가할 때, 저는 보통 운동을 해요. 누나/언니
　　　는 어떤가요?)

　　 B : Chị thì thường đi leo núi.
　　　(나는 보통 등산을 가.)

(3) A : Khi rỗi, em thường chơi bóng
　　　bàn. Còn chị thì sao?
　　　(한가할 때, 저는 보통 탁구를 해요. 누나/언니
　　　는 어떤가요?)

B : Chị thì thường ở nhà nấu ăn.
(나는 보통 집에서 요리를 해.)

2

(1) Bún chả và bún bò, em thích món nào hơn?
(분짜와 분보 중, 너는 어느 음식을 더 좋아해?)

Em thích bún chả hơn
(저는 분짜를 더 좋아해요.)

(2) Bóng bàn và bóng đá, em thích môn thể thao nào hơn?
(탁구와 축구 중, 너는 어느 운동 종목을 더 좋아해?)

Em thích bóng đá hơn
(저는 축구를 더 좋아해요.)

(3) Sa Pa và vịnh Hạ Long, em thích nơi nào hơn?
(사빠와 할롱만 중, 너는 어느 곳을 더 좋아해?)

Em thích Sa Pa hơn
(저는 사빠를 더 좋아해요.)

(4) Phim hài và phim hành động, em thích loại phim nào hơn?
(코믹 영화와 액션 영화 중, 너는 어느 종류의 영화를 더 좋아해?)

Em thích phim hài hơn
(저는 코믹 영화를 더 좋아해요.)

회화연습 ❷ p.170

2

thường đi xem phim hoặc đi mua sắm
thích nhất phim hành động
em thì sao

정리하기 ❷ p.172

❶

món ăn

❷

(1) a, b
(2) c

Bài 11

문형연습 ❶ p.179

1

(1) Em hãy về nhà nhé.
(집으로 돌아가렴)

(2) Chúng ta hãy đi chơi nhé.
(우리 놀러가자.)

(3) Các em hãy đọc nhiều sách nhé.
(너희들 책을 많이 읽으럼.)

(4) Các bạn hãy nghe kĩ nhé.
(여러분 잘 들으세요.)

2

(1) Con đã làm bài tập rồi, đúng không?
(너는 숙제 이미 다 했어, 그렇지?)

(2) Cái này đang giảm giá 20%, đúng không?
(여기 20% 세일 중이에요, 그렇죠?)

(3) Thầy mới ra ngoài, đúng không?
((남자)선생님이 방금 밖으로 나갔어요, 그렇죠?)

회화연습 ❶ p.180

2

Cô ạ, tuần sau có bài kiểm tra, đúng
không ạ
Có khó không ạ

문형연습 ❷ p.184

1

(1) A : Anh thích màu gì nhất?
(형은/오빠는 무슨 색깔을 가장 좋아하나요?)

    B : Anh thích màu vàng nhất.
(형은/오빠는 노란색을 가장 좋아해.)

(2) A : Anh thích quả gì nhất?
(형은/오빠는 무슨 과일을 가장 좋아하나요?)

    B : Anh thích quả chuối nhất.
(형은/오빠는 바나나를 가장 좋아해.)

(3) A : Anh thích phim gì nhất?
(형은/오빠는 무슨 영화를 가장 좋아하나요?)

    B : Anh thích phim hài nhất.
(형은/오빠는 코미디 영화를 가장 좋아해.)

2

(1) Càng ngày càng đẹp. (갈수록 예쁘다)
(2) Càng học càng dễ. (공부할수록 쉽다.)
(3) Càng đọc càng hay. (읽을수록 재미있다.)
(4) Càng tập thể dục càng khoẻ mạnh.
(운동을 할수록 건강해진다.)

회화연습 ❷ p.185

2

chị thích học môn gì nhất?
Chuyên môn của chị là gì?
Chị thấy tiếng Việt càng học càng thú vị.

정리하기 ❷ p.187

1

đúng không ạ

2

càng học càng thú vị

3

b, d, e

Bài 12

문형연습 ❶ p.195

1

(1) A : Quyển sách đó thế nào?
(그 책은 어때?)

    B : Quyển sách đó khá thú vị.
(그 책은 꽤 흥미로워.)

(2) A : Quả cam này thế nào?
(이 오렌지는 어때?)

    B : Quả cam này ngon lắm.
(이 오렌지는 정말 맛있어.)

(3) A : Anh ấy thế nào?
(그 형은/오빠는 어때?)

    B : Anh ấy đẹp trai quá.
(그 형은/오빠는 정말 잘생겼어.)

(4) A : Nhà anh thế nào?
(형/오빠의 집은 어때요?)

    B : Nhà anh rất mới.
(우리 집은 정말 새로워=새집이야.)

2

(1) A : Vì sao em thích phim này?
(왜 이 영화를 좋아하니?)

B : Bởi vì em thích loại phim hài.
(왜냐하면 저는 코미디 영화 종류를 좋아하거든요.)

(2) A : Vì sao em mang áo mưa?
(왜 비옷을 가져가니?)

B : Bởi vì em nghe hôm nay sẽ có mưa.
(왜냐하면 오늘 비가 올 거라고 들었거든요.)

(3) A : Vì sao em về nhà muộn?
(왜 집에 늦게 왔니?)

B : Bởi vì em có việc làm thêm.
(왜냐하면 추가 업무가 있었거든요.)

회화연습 ❶ p.196

2

Trời hôm nay nắng và nóng lắm

Vì sao anh thích mùa thu nhất

문형연습 ❷ p.200

1

(1) Chị chỉ học 2 tiếng thôi.
(나(여자)는 겨우 두 시간만 공부했다.)

(2) Anh chỉ nghỉ một chút thôi.
(나(남자)는 조금밖에 쉬지 못했다.)

(3) Chúng tôi chỉ muốn gặp anh ấy thôi.
(우리는 그 형을/오빠를 만나고 싶을 뿐이다.)

2

(1) Nếu có thời gian thì anh đi thăm nhà em.
(만약 시간이 있다면 너희 집을 방문할게.)

= Anh đi thăm nhà em nếu có thời gian.

(2) Nếu gặp anh ấy thì anh gửi lời cảm ơn.
(만약 그를 만난다면 감사인사를 전할게.)

= Anh gửi lời cảm ơn nếu gặp anh ấy.

(3) Nếu có tiền thì anh sẽ mua cái áo đó.
(만약 돈이 있다면 그 옷을 살거야.)

= Anh sẽ mua cái áo đó nếu có tiền.

회화연습 ❷ p.201

2

cả năm đều nóng mà

Hà Nội có 4 mùa như Hàn Quốc nhưng TP. Hồ Chí Minh chỉ có 2 mùa là mùa mưa và mùa khô thôi

정리하기 ❷ p.203

❶

thời tiết/trời, thời tiết/trời

❷

chỉ, thôi

❸

a, b

Bài 13

문형연습 **1** p.211

1

(1) A : Anh bị làm sao thế?
(형/오빠 어디가 안 좋아요?)
B : Anh bị ốm nặng. (나는 심하게 아파.)

(2) A : Chị bị làm sao thế?
(누나/언니 어디가 안 좋아요?)
B : Chị bị sốt cao. (나는 고열이 나)

(3) A : Chú bị làm sao thế?
(아저씨 어디가 안 좋아요?)
B : Chú bị đau bụng. (나는 배가 아파.)

(4) A : Cháu bị làm sao thế?
(너 어디가 안 좋니?)
B : Cháu bị đau chân.
(저는 다리가 아파요.)

2

(1) Chúc anh khoẻ mạnh.
(형/오빠 건강하세요.)

(2) Chúc em hạnh phúc. (행복하렴.)

(3) Chúc ngày sinh nhật vui vẻ.
(생일 축하해요.)

회화연습 **1** p.212

2

Anh bị đau họng từ tối qua và bây giờ
bị sốt đến 39°C
Chưa. Anh chỉ uống thuốc thôi. Nhưng
lát nữa anh sẽ đi bệnh viện
Ừ. Cảm ơn em

문형연습 **2** p.216

1

(1) Để em ăn cơm đã.
(저로 하여금 우선 밥을 먹게 해주세요.)

(2) Để con tự chọn.
(저로 하여금 스스로 선택하게 해주세요.)

(3) Để anh ở một mình.
(나로 하여금 혼자 있게 해줘.)

2

(1) Anh nên học chăm chỉ hơn.
(형은/오빠는 보다 열심히 공부하는 게 좋아.)

(2) Chị nên mang áo mưa.
(누나/언니는 비옷을 가져가는 게 좋아.)

(3) Cháu nên đánh răng.
(너는 이를 닦는 게 좋겠다.)

회화연습 **2** p.217

2

Để tôi khám bệnh cho.
Đừng lo nhé.
Anh nên nghỉ nhé.
Uống nhiều nước và nghỉ thì sẽ khỏi.

정리하기 **2** p.219

1

Anh bị đau ở đâu

2

Để tôi khám bệnh cho

3

a, d

▎저자
이강우 / 청운대학교 교수
강하나 / 사이버한국외국어대학교 강사
이정은 / 한국외국어대학교 동남아연구소 초빙연구원
윤승연 / 한국외국어대학교 강사
Lưu Thị Sinh / 청운대학교 교수

베트남어 초급A1
Tiếng Việt Nghe Nói

초판 발행	2022년 1월 25일
초판 2쇄	2024년 5월 7일
저자	이강우, 강하나, 이정은, 윤승연, Lưu Thị Sinh
펴낸이	엄태상
편집	권이준, 김아영
표지 디자인	김지연
내지 디자인	권진희
조판	김성은
콘텐츠 제작	김선웅, 장형진
마케팅본부	이승욱, 왕성석, 노원준, 조성민, 이선민
경영기획	조성근, 최성훈, 김다미, 최수진, 오희연
물류	정종진, 윤덕현, 신승진, 구윤주
펴낸곳	랭기지플러스
주소	서울시 종로구 자하문로 300 시사빌딩
주문 및 교재 문의	1588-1582
팩스	0502-989-9592
홈페이지	http://www.sisabooks.com
이메일	book_etc@sisadream.com
등록일자	2000년 8월 17일
등록번호	제300-2014-90호

ISBN 978-89-5518-819-6 (13730)